பற்றி எரியும் நரம்புகள்

ஐசக் பேசில் எமரால்ட்

The views and opinions expressed in this book are the author's own. The facts contained herein were reported to be true as on the date of publication by the author to the publishers of the book, and the publishers are not in any way liable for their accuracy or veracity.

• பற்றி எரியும் நரம்புகள் • சிறுகதைகள்

• ஐசக் பேசில் எமரால்ட்© • முதல் பதிப்பு : ஜூலை 2024

• Parri Eriyum Narampukaḷ • Short Stories
• Issac Basil Emarald © • First Edition : July 2024

• Pages : 112 • Price : ₹ 145/-
• ISBN : 978-81-19568-65-9

Released by :
M/s. Yaavarum Publishers
24, Shop no - B, S.G.P Naidu Complex,
Dhandeeswaram Bus Stop
Opp: Bharathiar Park
Velachery Main Road
Velachery, Chennai - 600 042
Phone: 9024261472
yaavarum1@gmail.com
Url : www.yaavarum.com; www.be4books.com
Cover Image: The Painter's Eye, 1941 (El Ojo Del Pintor, 1941) - Salvador Dali
Cover Designed: Gobu
Layout Designed by: Santhosh kolanji

All rights, including professional, amateur, motion pictures, recitation, public reading, broadcasting are strictly reserved. No part of this book may be reproduced in whole or in part or utilized in any form or by any means electronic or mechanical, including photocopying, recording or by any information storage and retrieval system now known or hereafter invented, without the prior written permission of the Translators / Editor / Publisher

This book contains no AI-generated texts or illustrations. All written content and artwork have been created by human authors and artists.

ஆசிரியர் குறிப்பு

கன்னியாகுமரி மாவட்டம் மாங்கரை எனும் கிராமத்தில் பிறந்தவர். 2015 முதல் சென்னையில் வசித்து வருகிறார். முதுகலை மென்பொருள் பொறியியல் படித்துவிட்டு ஓர் அரசுப் பள்ளியில் கணினி உதவியாளராகப் பணியைத் தொடங்கி, பின்பு Behindwoods நிறுவனத்தில் செய்தித் தயாரிப்பாளராகப் பணிபுரிந்தார். தற்போது திரைப்படத் துறையில் இயங்கி வருகிறார். 'வனம்' திரைப்படத்தின் திரைக்கதை எழுத்தாளர். இவரது நாவல் 'அபினி' 2020இல் வெளியானது.

சமர்ப்பணம்

சிந்தாமணி பாட்டியின் நினைவுக்கு

முன்னுரை

யதார்த்தத்துடன், தர்க்கத்துடன் நெருங்க முடியாத இருத்தலியல் நாட்பட இருந்து இறுகி மட்கி நாளடைவில் கற்பனைக்கு தீனி அளிக்கும் புனைவுகளை நோக்கி நகர்த்தியது. லத்தீன் அமெரிக்க இலக்கியங்களை வாசித்து ஏற்பட்ட கிளர்ச்சியால் மட்டுமே இந்தக் கதைகளை எழுதிப் பார்க்கவில்லை. அகவயமான சிந்தனைத் தொழில்நுட்பம் இப்படித்தான் இயங்குகிறது. ஆனால், அவ்வாசிப்பு நம்பிக்கையை ஏற்படுத்தியது. அதிலிருக்கும் சவால் அச்சத்தையும் தயக்கத்தையும் சேர்த்து உருவாக்கியது. பெரும் மேதைகள் விளையாடிய இடம் என்பதே காரணம். இந்த எழுத்துகள் தமிழ் சூழலுக்கு புதிதல்ல. பல முன்னோடிகள் எழுதிப் பார்த்த வடிவம்.

புனைவில் கதைசொல்லியின் இருப்பு என்பது அதிகார வேட்கை. கதையிலிருந்து அவனை வெளியேற்றிவிட மனம் யத்தனிக்கிறது. பதிலாகக் காலம், வெளி கதைசொல்லியாக மாறும்போது காலப்பயணம் எளிதாகிறது. மின்னலில் தெரியும் மலை போல் முன்னகர்ந்து, இருள் போல் பின்னகர்வது நொடிப்பொழுதில் நடந்து முடிகிறது. காலத்தின் இடைவெளியில் இருக்கும் இருளை ஒளிக்கற்றை மூலம் காண்பது, கனவுநிலையில் இருப்பதால் சர்ரியல் சித்திரமாக உணர முடிகிறது. வெளியின் மூலம் பார்வைக் கோணம், வெளிச்சம், நிறம், சப்தம் வேறாகிறது. அனைத்தையும் மொழியெனும் தூரிகை கொண்டு வரைய முற்படுகிறேன்.

ஒவ்வொரு கதைக்கான கருவையும் தூரத்தில் தெரியும் நட்சத்திரம் எனக்கண்டு அடர்வனத்தில் ஒரு நீண்ட பயணம் செய்வதாகத் தோன்றுகிறது. மொழி கொண்டு புதர்களை விலக்கி மாய யதார்த்தக் காட்சிகளைக் கண்டடைதல் நிகழ்கிறது. சில நேரங்களில் நட்சத்திரம் ஒன்று இருப்பதையே மறக்கக்கூடும். அந்தத் தேடலில் கிடைக்கும் சர்ரியலிஸ சித்திரங்கள், சட்டென சிந்தனைக்குள் நிகழும் காலப்பயணம், நகரும் காட்சிக் கண்ணோட்டம் பெரும் பரவசத்தை அளித்தது. அப்படியொரு

பரவசம் யதார்த்தப் புனைவுகள் எழுதும்போது நிகழ்வதில்லை. ருசி கண்டுவிட்டதால் ஒருவித சுயநலம் வெளிப்படுகிறது. மன்னிக்கவும்.

மேலும், எழுத்தாளனுக்கான பணியில் பாதியை வாசகனுக்கு வாசிக்கும் தருணத்தில் வழங்கப்பட வேண்டும். எழுத்தாளன் வாசகனாக மாறி, வாசகனை எழுத்தாளனாகக் கற்பிதம் செய்துகொள்ள அனுமதிக்க வேண்டும் என்ற பின்நவீனப் பார்வையில் முழு உடன்பாடு உண்டு. தத்துவக் கோட்பாடுகளை உருவியெடுத்து எழுதவரும் உத்திக்கு ஏற்றார்போல் தொகுத்து புதிய பெயர் ஒன்றைச் சொல்லி இலக்கியத்தை, மொழியை பின்னுக்கு இழுக்கும் எண்ணம் எதுவும் இல்லை. மேற்கூறிய கருப்பு வெள்ளைப் பாடலை எடுத்த பழைய கேமரா, ஒலிக்கருவி மற்றும் இதர தொழில்நுட்பங்களுடன் மீள் உருவாக்கம் செய்வதில் நேர்மை இல்லை என்று தோன்றுகிறது. அதற்காக அமரர்களான நடிகர்களை உயிர்த்தெழச் செய்வது பாவம்.

நீலம் இதழில் வெளியான 'நிலத்தடியில் நகரும் பிரேதங்கள்' சிறுகதை ஐம்பதுகளில் வெளியான தமிழ் திரைப்படத்தின் கருப்புவெள்ளைப் பாடலில் இருந்து தோன்றிய கரு. அப்பாடல் காட்சியில் கண்ட நிலம் இன்று அடைந்திருக்கும் மாறுதல் ஆச்சரியத்தை வரவழைத்தது. அது இன்றைக்கு முற்றிலுமாக நவீனமடைந்து காணப்படுகிறது. எனவே அன்றைய அந்த சட்டகம் நேர்த்தியாகத் தீட்டப்பட்ட ஓவியமாகத் தெரிந்தது. அந்த ஓவியத்துடன் விளையாடிப் பார்க்க முற்பட்டு, உயிர்ப்படையச் செய்து சிதைத்ததுதான் அச்சிறுகதை. ஏற்கனவே நிறுவப்பட்டுள்ள சிறுகதைக்கான அளவுக்கோலில் பொருத்த முடியுமா என்பது தெரியவில்லை. ஆனால், அப்படியான கட்டாயத்தை, நெருக்கடியை எழுதும்போது ஏற்படுத்திக்கொள்ளவில்லை.

'மிகக்குறைந்த ஒளியில் எடுக்கப்பட்ட புகைப்படம்' சிறுகதை ஒரு புகைப்படக் கலைஞர் மூலம் தெரியவந்த உண்மை சம்பவம். அதை ஒரு நேரடிப் புனைவாக மாற்றுவதில் தமிழ் சூழலில் பல சிக்கல்கள் உள்ளது. தைரியமாக எழுதுவதில் எனக்கும் சில சங்கடங்கள் உள்ளது. ஆகவே உத்தி பரிசோதனை எழுத்தில் பொருந்திப்போனது. சரளமாக எழுத வருகிறது, மொழிநடை

கைகூடியுள்ளது, ஆனால் சிறுகதையாகவில்லை என்று சிலர் கூறினார்கள். அக்கதையை இலக்கிய விமர்சகர் சரவணன் மாணிக்கவாசகம் படித்துப் பாராட்டினார். நன்றி.

'மிசிறு' சிறுகதை சூழலியல் சார்ந்த பிரக்ஞையுடன் எழுதப்பட்டது. அது நேரடியாகக் குறிப்பிட்ட நிலத்துடன் தொடர்புடையதால் வட்டார மொழி பயன்படுத்தப்பட்டது. மற்றபடி வட்டார மொழியை யதார்த்தம் அல்லாத சிறுகதைகளில் பயன்படுத்துவதில் பெரிய உடன்பாடு இல்லை.

'கப்பல் 1073' சிறுகதை பைபிளில் 1073–ம் பக்கம் ஒரு மீள் புனைவாக மாறினால் எப்படியிருக்கும் என கற்பனை செய்ததன் விளைவு. அதில் எந்தச் சிக்கலும் இல்லை. எழுதப்பட்ட கதைகளில் எளிய சர்ரியலிசப் புனைவு எனலாம். கச்சிதமாக எழுதியதாக திருப்தி ஏற்பட்டது. நீலம் இதழ் பிரசுரம் செய்தது.

'ஒளியானவள்' 'இரவானால்' கதைகள் நீலம் மற்றும் வனம் இதழ்களின் வெளியானக் கதைகள். பொதுவாக பெரும்பான்மையானக் கதைகளில் காலம் என்பது அதிகாலையாக உள்ளது. காரணம் அடிமன வெளிப்பாட்டியத்திற்கும் கனவு நிலைக்கும் உள்ளத் தொடர்புதான். சக்கரம் கிட்டத்தட்ட யதார்த்தக் கதை போன்ற சாயல் இருந்தாலும் மாத்திரை அளவிற்கு ஃபேன்டஸி தனம் இருப்பதாகத்தான் தோன்றுகிறது.

'பற்றி எரியும் நரம்புகள்' ஒரு பகடிச் சிறுகதை. சமகால அரசியலையும் நட்சத்திரங்களையும் பகடி செய்யும் கதை. இந்தத் தொகுப்பில் உள்ள சிறுகதைகளை முதலில் வாசித்து கருத்து சொல்பவர் நண்பர் இயக்குனர் இராதாகிருஷ்ணன். இந்த தொகுப்பிற்கு 'பற்றி எரியும் நரம்புகள்' தலைப்பு வைக்க சொன்னவரும் அவர்தான். நன்றி.

கவிஞர் பச்சோந்தி நீலம் இதழில் பணிபுரிந்தபோது கதைகள் அனுப்புங்கள் என்று தொடர்ந்துக் கேட்டுக்கொண்டே இருந்ததால், அவரின் உந்துதலின் பெயரில் நான்கைந்து சிறுகதைகள் எழுதினேன். அவருக்கும் நன்றி.

இதில், 'கறைபடியும் கவசங்கள்' 'ஓர் இரவின் மினிமலிச

விளைவு' ஆகிய கதைகள்தான் முதலில் எழுதப்பட்ட கதைகள். அவை கொரோனா காலத்தில் யாவரும்.காம் இணைய இதழில் வெளிவந்து, இம்மாதிரி வேறு தொழில்நுட்பக் கதைகள் எழுதலாம் என்று நம்பிக்கையைத் தந்தது. இப்போது யாவரும் வெளியீடாக இந்தத் தொகுப்பு வெளிவருவதில் மிக்க மகிழ்ச்சி. எழுத்தாளர், பதிப்பாளர் ஜீவகரிகாலன் அவர்களுக்கும், யாவரும் பதிப்பகத்திற்கும் நன்றிகள்.

இந்தப் பாதையில் சென்றடைய வேண்டிய தொலைவு அதிகம். ஒரு மைல்கல்லையாவது காணவேண்டும் என்பதும் ஒரு கனவுநிலை. மெய்ப்பட வேண்டும்.

ஐசக் பேசில் எமரால்ட்
சென்னை
issacb06@gmail.com
8056920322

"The purest surrealist act is walking into a crowd with a loaded gun and firing into it randomly."

– André Breton

உள்ளடக்கம்

1. ஓர் இரவின் மினிமலிஸ விளைவு — 13
2. இரவானால்... — 23
3. கப்பல் '1073' — 32
4. நிலத்தடியில் நகரும் பிரேதங்கள் — 40
5. மிகக் குறைந்த ஒளியில் எடுக்கப்பட்ட ஒரு புகைப்படம் — 53
6. மிசிறு — 61
7. ஒளியானவள் — 72
8. கறை படியும் கவசங்கள் — 79
9. சக்கரம் — 91
10. பற்றி எரியும் நரம்புகள் — 104

ஓர் இரவின் மினிமலிஸ விளைவு

மனிதன் உருவாக்கிய போதைகளில் எளிமையானது சாராயம். அப்படித்தான் அன்றைக்கு உணர்ந்தேன். காரணம் உறக்கத்தில் தென்பட்ட அவளின் முகம். இரு சுற்றுக்கள் முடிந்து, மடிக்கணினியின் முன் முடிக்கப்படாத கவிதை ஒன்றிற்காக அமர்ந்தேன். வெள்ளைத் திரையை வெகுநேரமாய் பார்த்துக் கொண்டிருந்தபோது, ஜன்னலுக்கு அப்பால் வெட்டிக்கொண்ட மின்னல் போல் தோன்றிய மறைந்த நினைவினால்தான் சாராயம் குறித்த மதிப்பீடு. மலைக்காட்டில் பெருமழைக்குப்பின் நனைந்திருந்த கற்றாழை போல் முதுகில் வியர்வை படர்ந்திருந்தது. காரணம் குப்புறப் படுத்திருந்தாள். ஆசிட் ரிஃப்ளக்ஸினால் உணவுக்குழாய் வீக்கமடைந்து, அதனால் அருகாமையில் இருந்த மூச்சுக் குழாயில் திணறல் ஏற்பட்டது போல் வயதாகிச் சுற்றிக்கொண்டிருந்தது. அவசர நேரத்திற்கு உதவலாம் என வாங்கிய மேஜை விசிறியை அவளின் முதுகிற்கு நேராகத் திருப்பினேன்.

அதிக பட்சம் மூன்று பேர், அதற்கு மேல் தங்கினால் உடற்சூட்டினால் அறையெங்கும் அனல் காற்று வீசும். ரெசிடென்ஸியல் இடம் என்பதால் வாடகை அதிகம். சாதாரணமாகவே தேவைக்கு அதிகமாக வாங்கிக் குவிப்பதில் எங்களுக்குள் கடும் போட்டி இருந்தது. அதிலும் அவளே என்றும் முந்திச் செல்லும் வீராங்கனை. காரணம் பெரும்பான்மை நேரங்களில் அது குறித்த உள்ளுணர்வை இழந்திருந்தேன். ஊரடங்கு என்று அறிவித்தாயிற்று, சொல்லவா வேண்டும்! அறை முழுவதும் கசகசவென இருந்தது. கண்ணாடி டம்ளரில் தரைதட்டியிருந்த மது என்னைப் பார்த்துக் கொண்டிருந்தபோது, கவிதையும் உயிர்த்தெழுந்து விடும் எனத் தோன்றியது. மேலே மூச்சுக்குழாய் சுருங்கிக் கொண்டிருந்தது. மிச்சம் இருந்ததைக் குடித்துவிட்டுப் படுத்துவிட்டேன். சிறிது நேரத்தில் கண்ணை மூடி நினைவிழப்பதும், மீள்வதுமாக இருந்தேன். அப்போது சாவதற்கு

முந்தைய நொடிகளில் இழுப்பது போன்று மூச்சின் வேகம் குறைந்து கேட்டது. கண் விழித்தேன். மின் இணைப்பு துண்டிக்கப்பட்டிருந்து. அறை முழுவதும் கும்மிருட்டு. எங்கும் கருப்பு. நான் எதையும் பற்ற வைக்கவில்லை. எனக்கு தோன்றவில்லை.

இருட்டின் நீளம் அதிகமாக, இருட்டிற்குள்ளே வெளிச்சம் மெதுவாக வந்திறங்குவதை உணர்ந்தேன். ஜன்னலில் வெளியே வானத்தின் வெளிச்சம் நன்றாகத் தென்பட்டது. இதற்குமுன் கடற்கரையில் வீசிய சுழற்காற்றில் சுருண்டு விழுந்த மணல் சப்தத்தைப் போல் பிரமாண்டமான சத்தம் கேட்டது. ஜன்னலை திறந்தேன். மரங்கள் பிசாசு போல் ஆடிக்கொண்டிருந்தது. ஆளை கீழே தள்ளிவிடும் அளவிற்கான சூறைக்காற்று. மிதமான சாரல் மழை. சிறிது நேரத்தில் நினைவுகள் கொண்டு உள்ளத்தை ரணமாக்கும் வாய்ப்பு அதிகமாக இருப்பதை நுண்ணுணர்ந்து சாத்திக்கொண்டு படுத்துவிட்டேன்.

இருப்பு கொள்ளவில்லை. கண்ணாடித்தொட்டியில் வண்ணமீன்கள் நீரின் மேற்பரப்பில் வந்து வேகமாகத் திரும்புகையில் குமிழ் எழுப்பும் ஓசை ரம்மியமாக இருந்தது. வானத்தின் ஒளியில் பொன்னிற மீன்களைப் பார்த்தேன். அது ஓவியமாக வரையப்பட வேண்டிய ஒன்று. சிறிய வீட்டிற்குள் நிறைய பொருட்கள் என்பது அந்த மீன் தொட்டிக்கும் பொருந்தும். ஒன்றையொன்று மோதிக்கொள்ள அத்தனை வாய்ப்பிருந்தும் லாவகமாக நீந்தும் திறன் ஏற்பட்டிருந்தது. மொத்தம் இருபத்தியெட்டு மீன்கள். ஒவ்வொரு மீனும் மேலெழும்பி கீழே செல்வதால் தொடர்ச்சியாக நீரின் சலம்பல் கேட்டுக்கொண்டிருந்தது. சிறிது நேரத்தில் ஒலி நின்றுபோயிருந்தது. அதை நான் சற்றும் எதிர்பார்க்கவில்லை. நிகழ்ந்த உடனே நான் அதை உணரவில்லை. அனிச்சையாக உணர்ந்த ஒரு சத்தத்தை இழந்தபோது அறை முழுவதும் நிசப்தம். மீண்டும் கருமுறுவென அப்பளம் நொறுங்கி உடைவது போன்ற சத்தம். சூறைக்காற்று அடிக்கும்போது தூறல்கள் ஜன்னலைத் தட்டிச் செல்லும். மீன்தொட்டியில் நீண்ட இடைவெளி விட்டு ஒரே ஒரு குமிழ் சப்தம். என் கண்களின் உள்ளிருந்து ஒளியொன்று வேகமாக ஆழத்திற்கு வளைந்து சென்றுக்கொண்டிருந்தது. அது

கடைசியாக தேங்காய் நாரில் ஊர்ந்துக் கொண்டிருக்கும் அட்டைப் பூச்சில் முடிந்தது. நினைவை முற்றிலும் இழந்தேன். கண்களைத் திறக்கவே முடியவில்லை. உயிரை விட்டுவிடக் கூடாது எனப் போராடி கண்களைத் திறந்தேன், கடுகளவு வெளிச்சமும் இல்லை. கடுகே ஒரு சிறு இருட்டுதானல்லவா..!

டார்ச் விளக்கின் வெளிச்சத்தை மீன்தொட்டியில் பாய்ச்சினேன். ஒரேயொரு மீன் மட்டும் மெதுவாக நீந்திக் கொண்டிருந்தது. அதிர்ந்தே போனேன். நீரின் பிற இடங்களில் சுற்றி வெளிச்சத்தை பாய்ச்சினாலும் தென்பட்டது ஒரு மீன்தான். வாசல் திறப்பானில் வெளிச்சம். பூட்டினது பூட்டியபடியே காணப்பட்டது. ஒரே குழப்பமாக இருந்தது. திருடன் யாரேனும் வீட்டில் பதுங்கி இருக்கிறானா? முகப்பிற்கு சென்றேன். முகப்பறை துடைத்து வைத்தது போன்று காணப்பட்டது. ஒரு மேஜை, இரண்டு நாற்காலிகள், ஒரு கண்ணாடி, அதனருகில் ஒரு சீப்பு உட்பட அனைத்துமே ஒவ்வொன்று. குளியலறைக்கு சென்றேன். அங்கே எந்த மாற்றமும் இல்லை. சமையலறை மாறி இருந்தது. அரிசி டப்பாவை திறந்து பார்த்தேன். விடிந்தால் பொங்கும் அளவிற்கு மட்டுமே இருந்தது. என்ன நடக்கிறது? நன்றாக முகத்தை, கண்களை கழுவிக்கொண்டு டார்ச் வெளிச்சத்தை அறையெங்கும் பாய்ச்சினேன். நான் கண்டது அனைத்தும் நிஜம். நாங்கள் வாங்கிக் குவித்த பொருட்கள் எதுவும் இல்லை. எனது பெட்டியைத் திறந்துப் பார்த்தேன். அப்பாடா என நிம்மதிப் பெருமூச்சு.

அவளை எழுப்ப வேண்டாம். பைத்தியம் பிடிப்பதுப்போல் இருந்தது. அவளிடம் சொல்ல வேண்டாம் என்று எண்ணிக்கொண்டேன். சங்கடப்பட்டுப் போவாள். அல்லது எனக்கு பைத்தியம் பிடித்துள்ளது என உதாசீனம் செய்வாள். போலீசில் புகார் செய்யலாம் என்று மேஜையில் வைத்த செல்போனைத் தேடினேன். காணவில்லை. அவள் செல்போன்..? அதுவும் இல்லை. தலையணைக்கு அடியில் வைத்திருப்பாள். அங்குமில்லை.

தொலைபேசி மட்டுமே இருந்தது. அதை இந்தச் சமூகமே உதவாக்கரையாக உணர்ந்ததால் இணைப்பை துண்டித்து பல வருடங்கள் ஆயிற்று. பார்வைக்கு ஒரு பொம்மையாக,

தொல்பொருளாக வைத்திருந்தோம். என்ன நடக்கிறது என்றே புரியவில்லை. மது பாட்டில்கள் வைத்திருந்த அலமாரியைத் திறந்தபோது கடைசியாக மிச்சம் வைத்திருந்த சிறிதளவு மதுவைத் தவிர, திறக்கப்படாத முழு பாட்டில் இல்லை. என் பின்னந்தலை முடியைச் சுற்றி வியர்வை படர ஆரம்பித்தது. சூறைக்காற்று நின்றபின் பேய்மழை வெளுத்து வாங்கிக் கொண்டிருந்தபோதே போர்வையை மூடி படுத்துக்கொண்டேன்.

வாங்கிய பொருட்கள் காணாமல் போனால் கூட, சிறிய வயதிலிருந்து சேமித்த எனது அன்பிற்குரிய, உயிரற்ற பொருட்கள் தொலைந்து போகாமல் பெட்டியில் இருந்ததை எண்ணி ஆசுவாசமாக உணர்ந்தேன். சட்டையில் இருந்து கழன்ற பொத்தான்களில் இருந்து நடத்துநர் கிழித்துத் தந்த பயணசீட்டு வரை என்னால் காதலிக்கப்படும் ஒன்றாக இருந்துள்ளது. நான் உயிரற்றவைகளையே அதிகமாக நேசித்து, புணர்ந்து ஆர்கஸம் அடைந்து வளர்ந்தவன்.

முகத்தை மூடிப் படுத்திருந்தபோது மீண்டும் மேலே கேட்கும் மூச்சிழுப்பு சத்தம். ஆனால் இந்த முறை மேலிருந்து அல்ல, கீழிருந்து. அனிச்சை என்பதால் காதுக்கு மட்டும் எதிரொலிக்கிறதா..? இடப்பக்கம் சரிந்து படுத்தேன். ஆசிட் ரிஃப்ளக்ஸ் இருந்தால் மருத்துவர்கள் சொல்வதுதானே! இடது காதில் ஒலி நன்றாக விழுந்தது. ஆனால் கீழே வெகு தொலைவில் கேட்பது போன்ற உணர்வு. தரையில் காது வைத்தபோது கொஞ்சம் அருகில் இருந்து கேட்பது போன்ற உணர்வு. இடையிடையே பெண் குரலில் கூப்பாடு. "காப்பாத்துங்க... யாராவது இருக்கீங்களா...?" மழை இரைச்சலிலும் ஒற்றைக்கல் வேகமாக அறையின் மூலையில் விழுந்த சத்தம் கேட்டது. அதில் ஏற்கனவே தொல்பொருள் ஆகிவிட்ட எங்களுடன் இருக்கும் நாழி ஒன்றை மூலையில் குப்புறப் போட்டிருந்தோம். அதில் இருந்துதான் கல்லெறி சத்தம் கேட்டது. தூசி படிந்திருந்த நாழியை மெதுவாக நகர்த்திவிட்டு அந்த இடத்தில் டார்ச் அடித்தேன். கண்ணிமைக்கும் நொடியில் ஒளி விழுந்த இடத்தில் நடுவில் பிளந்துக்கொண்டு சிறு கல் ஒன்று ராட்சஸ வேகத்தில் வந்தது. சரியான நேரத்தில் சற்று நகர்ந்ததால்

முகம் தப்பித்தது. கல் விழுந்த இடத்தில் மட்டும் சிறு துவாரம். மூலையில் கிரிக்கெட் ஆடிய பேட், ஸ்டம்புகள், ஹெல்மெட் ஒதுங்கிக் கிடந்தது. ஹெல்மெட்டை மாட்டிக்கொண்டு அந்த துவாரம் வழியாகப் பார்த்தேன். உள்ளே பொன்னிற வெளிச்சம். தொடர்ச்சியாகக் கேட்டுக் கொண்டிருந்த ஒரு பெண்ணின் அலறல் சத்தம். ஸ்டம்பினால் அந்த இடத்தை உடைத்து டார்ச் அடித்துப் பார்த்தேன். ஆழம் இருபது அடி. அதற்கு மேலேயே இருக்கலாம்.

வலுவான கயிறு ஏதேனும் இருக்கிறதா என வீடு முழுவதும் தேடினேன். எந்தக் கயிறும் கண்ணில் தென்படவில்லை. இருந்தாலும் இக்கட்டான நேரங்களில் தென்பட வாய்ப்பு குறைவு. சட்டென்று ஒரு யோசனை. அவளின் துணி அலமாரியைத் திறந்தேன். உள்ளே எங்கள் திருமணத்திற்கு அவள் அணிந்த சேலையைத் தவிர வேறெந்த துணியும் இல்லை. சட்டென்று நினைவுக்கு வந்தது சற்றுமுன் கலவிக்காக அவள் களைந்த சேலை. நல்லவேளையாக அது அவிழ்த்தெறிந்த இடத்தில் அப்படியே கிடந்தது.

சேலையை அறைக்குள் இருந்த கம்பியில் இறுக்கமாகக் கட்டிக்கொண்டு துவாரத்திற்குள் விட்டேன். டார்ச்சை வாயில் வைத்துக்கொண்டு சேலையை மெல்லப் பிடித்து நிதானமாக ஒவ்வொரு அடியாக உள்ளே இறங்கத் தொடங்கினேன். “அப்படி தான், வாங்க, வாங்க...!” சேலையின் நுனியில் வந்துவிட்டேன். இன்னும் சரியாக ஐந்து அடிதான் இருக்கும். டார்ச் அடித்துப் பார்த்தபோது நான் இறங்கும் இடத்தில் சரியாக சிமெண்டினால் செய்யப்பட்ட நீர்த்தொட்டி ஒன்று காணப்பட்டது. நீருக்குள் நான் கண்ட காட்சியைப் போல் ஒரு காட்சியை வாழ்நாளில் காணவே கூடாது என்று விரும்புகிறேன். எங்கள் வீட்டில் இருந்த இருபத்தியொன்பது மீன்களும் அந்த நீர்தொட்டியில் இருந்தது. நான் கீழே இறங்குவதற்குள் வேகவேகமாக, தொட்டியில் காணப்பட்ட பெரிய மீன் ஒன்று சிறிய மீன்களை விழுங்கியிருந்தது. ஒவ்வொரு மீனையும் விழுங்க விழுங்க அதன் நீளம் இரு மடங்காக நீண்டது. இருபத்தியெட்டு மீன்களையும் விழுங்கி முடித்தபோது, பொன் நிறத்தாலான விலாங்கு மீன் போன்று வளைந்து வளைந்து ஓடியது. “தொபக்” நீரில் குதித்தேன். இப்போது அந்த மீனைக்

காண நீரை துழாவினேன். எங்குமில்லை. சற்றுமுன் அந்தரத்தில் தொங்கிக்கொண்டு என் கண்களால் கண்ட மீன் எங்கே போனது...? தொட்டியிலிருந்து வெளியேறியபின் மீண்டும் நீருக்குள் மின்னியது மீனின் கண்கள்.

சுவர் முழுவதும் காய்ந்த தேங்காய் நாரினால் கலை வேலைப்பாடுகள் செய்யப்பட்டிருந்தது. அதன் நடுவே அட்டைப் புழுக்கள் ஆங்காங்கே மின்னிக்கொண்டிருந்தன. தரையில் ரத்தத்தினால் பதிந்த காலடித் தடங்கள் மேற்கிலிருந்து கிழக்கு வாசல் வழியாக வெளியேறியிருந்தது.

அந்தப் பெண் என்னை சீக்கிரம் வந்து காப்பாற்றுமாறு அழைத்துக்கொண்டே இருந்தாள். தாமதிக்கும் ஒவ்வொரு நொடியும் இதயம் வெடித்து இறக்க நேரிடலாம் எனக் கதறிக் கொண்டிருந்தாள். அவள் இருக்கும் அறைக்குள் நுழைந்தபோது பிராமண்டமான அறையின் நடுவே நின்றுக்கொண்டிருந்தாள். அவளைச் சுற்றி நூற்றுக்கணக்கான கோழிகள் மிகநெருக்கமாக நின்றுக்கொண்டிருந்தன. சில கோழிகள் அவள் காலை கொத்தின. பயத்தினால் உதறினாள். பல சுற்றுக்கள் தொலைவில் இருந்த கோழிகளும் அவளை நோக்கி சீறிப் பாய்ந்தன. அலறித் துடித்துக் கொண்டிருந்தபோது மேலே பார்த்தேன். எங்கள் வீட்டு மின்விசிறி அதே மூச்சிரைப்புடன் சுற்றிக்கொண்டிருந்தது. அதன் மூலமாக அந்நிய வீட்டில் சாமத்தில் நுழைந்த குற்ற உணர்வைக் களைந்தேன். அவள் பாதங்களின் அருகில் கொக்கரித்தும், சீறிக்கொண்டிருந்த கோழிகளை ஒவ்வொன்றாய் தூக்கிச் சுமந்து வெளியேற்றினேன்.

"உங்களுக்கு கோழின்னா அவ்வளவு பயமா...?" என்று அவளிடம் கேட்டுவிட வேண்டும் என்று நினைத்தேன். அவளும் நடுசாமத்தில் கோழி பிடிக்க வந்தவன் என்பதை உணர்ந்ததைக் கண்களினால் வெளிப்படுத்தினாள். கோழிகளை அவளிடமிருந்து வலுக்கட்டாயமாகப் பிரித்ததால் கோபத்தில் கொக்கரித்துக் கொண்டிருந்தது. திடீரென்று மௌனம். வெளியே வந்து பார்த்தபோது ஒரேயொரு கோழி மட்டும் காணப்பட்டது. அது அவளைப் பார்க்காமல் மலத்துவாரத்தைக் காட்டிக் கொண்டிருந்தது. கோழிகளை மறையச் செய்துவிட்டேன் என்று

ஆசுவாசப்பட்ட அந்த நொடியே என்மீது காதல் கொண்டாள். எனக்கு பசிப்பதை உணர்ந்து, சமைத்து தருகிறேன் கோழியைக் கொன்று விடுங்கள் என்றாள். உடனே கோழியைத் தூக்கிக்கொண்டு நீர்த்தொட்டியில் தலையை அழுத்தி, கொக்கரிப்பு அடங்கியதும், கழுத்தை திருகிக் கொன்று இறகுகளைப் பிய்த்துப் போட்டேன். என் கைகளில் இருந்த ரத்தத்தை நாவால் வருடிச் சுவைத்தபோது வெறியானது.

அவளிடம் "உன் கணவன் எங்கே.?" உற்சாகமான குரலில் உடனே பதில் வந்தது, "நீங்கள் வருவதற்கு கொஞ்சம் முன்புதான் தற்கொலை செய்துகொண்டார். உடல் சமயலறையில் உள்ள பனை உத்தரத்தில் தொங்கிக் கொண்டிருக்கிறது. சாவதற்கு முன்பு எனக்கு அளித்த சாபங்களின் விளைவால் இத்தனை கோழிகள் என்னை ஆக்கிரமித்துக் கொண்டது. நல்லவேளையாக நீங்கள் வந்தீர்கள். சிறுத்தை என்றால் கூட நிதானம் இழப்பதில்லை. இந்த கோழிகளை கண்டாலே அடிவயிறு முட்டி விடும். ஆனால் நீங்கள் வந்ததற்கு பின், என் கணவனின் உடல் காணாமல் போய்விட்டது" என்றாள்.

எனது கைகளில் இருந்த கோழியின் ரத்தம் முழுவதும் அவளின் உடல்களில் கோடுகளாகிப் போனது. அதை ஓர் ஓவியமாக மாற்றியிருக்க வேண்டும். அதற்கு காரணம் நான் ஒரு நல்ல கலைஞன் இல்லை என்பதாகவே இருக்கும். இம்மாதிரி நேரங்களில் கவித்துவம் என்னைவிட்டு அகன்று விடுகிறது. சபலம் முடிந்தபிறகு சமயலறையில் இருந்து எரிந்த பிணத்தின் வாடையுடன் கலந்து, கோழிக்குழம்பின் மணம் சுண்டி இழுத்தது. எரிந்துபோன சதைப்பிண்டங்களின் எலும்புகள், துணிகள் சிதறிக் கிடந்தது. மேலாடையின்றி கொதிக்கும் குழம்பை கரண்டியால் கோதியபடி புன்னகைத்தாள். தள்ளி நின்று கரண்டியைக் கிளறவில்லை என்றால் முலையில் தடயம் உருவாக வாய்ப்பு உருவாகலாம் இல்லையா என்றேன். உயிருடன் சீறிக்கொண்டிருந்த கோழிகளைக் கண்டு நடுங்கியவள், வெட்டுண்டு கொதிப்பதைக் கரண்டியுடன் விளையாடிக் கொண்டிருந்தாள்.• உண்ட மயக்கத்துடன், இந்நாளின் முதல் பாதியில் நடந்த சம்பவங்களைக் குறித்து பேசத் தொடங்கினாள்.

“அதிகாலையில் பனிப்போராக தொடங்கி போர்க்களமானதுக்கு காரணம் பானிப்பூரி. அவரது கடைக்குதான் நகரத்தில் மவுசு. அதற்கு காரணம், பிறக் கடைகளில் ஒரு துளையிட்டு ரசம் ஊற்றி கொடுத்துக் கொண்டிருந்த நேரம், பானிப்பூரியை உடைத்து ‘ஒடச்ச’ பூரியாக மாற்றினார். ஓர் உடைத்தல் மூலமாக ஏக வரவேற்பு. ரசம் உள்ளிட்ட இதர பொருட்களை ஒன்றாக கலந்து கொடுத்ததில் புதிய சுவை கிடைத்தது. பிறர் இந்த கருதுகோளை கையாளாமல் போக, நிறைவின்மையாகவோ, பயிற்சியாகவோ இருந்து போகட்டும். பானிப்பூரியை உடைத்ததன் மூலம் வரும் புதிய வாடிக்கையாளர்களை நிராகரிக்கும் மனநிலை எங்கிருந்து உருவானது?

நாளாக, நாளாகக் கடையில் கூட்டம் அள்ளியது. ஆறு மணிக்கெல்லாம் கடைக்கு வந்து ஏமாந்து செல்பவர் அதிகம் ஆயினர். ஒரு நாளைக்கு நான்கு பாக்கெட் பானிப்பூரி கொண்டு செல்வது வழக்கம். ஆறு மணிக்கு மேல் வருபவர்களுக்காக இரண்டு பாக்கெட் அதிகமாக எடுத்துச்செல்ல சொல்லிவிட்டேன். கொள்கை, மண்ணாங்கட்டி, அதிகமாக ஆசைப்படக் கூடாது என வழக்கொழிந்த வசனங்கள். அதென்ன உடலுழைப்பை உறிஞ்சும் விதமாக பல கிலோ எடையாலானதா என்ன? இல்லையே. காற்றை விட அதிகம். தேவை அதிகம் ஆகிறபோது கொடுப்பதில் என்ன தவறு? உற்பத்திக்கான உழைப்பை நான் எடுத்துக்கொள்கிறேன் என்றாலும் விடுவதில்லை. நானும் பொறுத்துப் பார்த்துவிட்டேன். இனிமேல் நம்பிக்கை இல்லை. அதனால்தான் அவரது ஆண்மையை அவமதித்தேன். ஒரு பவுன் நகையை எனக்கு கனவாகவே வைத்த இந்த ஆளை தற்கொலை செய்யவைக்க வேண்டும் என்பது தற்காலிகமாக நடந்தது இல்லை. ரொம்ப நாள் திட்டமிட்டு செய்தேன். வார்த்தைகளினால் புண்படுத்தினேன். அவரது ஆண்குறியில் எச்சிலை காரி உமிழ்ந்தேன். என்னைப் பார்த்தார். கோபமும், ஆற்றாமையும் கொள்கையுடன் கலந்து வேகமாக அடுப்பங்கரையில் சென்று மண்ணெணையை எடுத்து தலையில் ஊற்றினார். தீப்பெட்டியை வாயில் கவ்விக்கொண்டு, கயிற்றை பனை உத்தரத்தில் போட்டு என் கண்ணெதிரே, தீக்குச்சியை பற்ற வைத்து, எரியும் உடலுடன் தூக்கில் தொங்கினார். புகை

வெளியேறிக் கொண்டிருந்த புகைப்போக்கியின் வழியாகவே கோழிகள் உள்ளே நுழைந்தது. இந்த சாபத்திலிருந்து விடுபடவே முடியாது என்றிருந்தேன். நல்லவேளையாக வந்தீர்கள். உங்களால் நான் பாவத்தில் இருந்து முழுமையாக வெளியேறி பரிசுத்தம் ஆனவளாக உணர்கிறேன். ஆனால் நீங்கள் எனக்காக ஒன்று மட்டும் செய்ய வேண்டும். ஒரு பவுன் நகை மட்டும் வாங்கித்தர வேண்டும். நீங்கள் என்னுடையவராகி போவீர்கள். ஆனால் ஒருமுறை மட்டுமே. ஒவ்வொரு முறைக்கும் ஒரு பவுன் என்றால் உங்களிடம் என்னை முழுவதுமாக ஒப்புக்கொடுக்கிறேன்." என்றாள்.

நானும் அனைத்திற்கும் இசைந்து தலையசைத்தேன். அதற்குமுன் முக்கியமான அந்த முடிவை எடுக்க விழைந்தேன். ஆம், பசிப்பதற்குமுன் தேவை முக்கியமாகப் பட்டது. அடைந்த பிறகு லட்சியமும், சமூகம் எனக்கு அளித்திருக்கும் இடமும், அதனால் செய்ய வேண்டிய காரியங்களும். அதிலிருந்து என்னில் கிடைக்கபெறும் அகங்காரங்களும் எனக்கு முக்கியம். அதனால் தாமதிக்காமல் அவளைக் கொலை செய்ய வேண்டும். அங்கிருந்த நீர்தொட்டியின் அருகில் அழைத்துச் சென்று கோழியைக் கொன்றதைப் போலவே அவளையும் கொல்ல வேண்டும். இப்பொழுது அவளின் கணவனாக மாற வேண்டியது, நான் வாழ்வதற்காக இந்தச் சமூகம் அளித்த கொடை. ஒரு கணவன் தற்கொலை செய்திருக்கிறான் என்றால் கண்டிப்பாக அவள் செய்த துரோகத்தின் பொருட்டே நடந்திருக்கும் என்று உறுதியாய் நம்பினேன். அவள் கணவனுக்கு செய்த துரோகத்திற்காக நான் செய்ய வேண்டிய கடமை என்று சட்டென்று கையை நீர்தொட்டிக்குள் விட்டு விலாங்காக மாறியிருந்த எனது மீனைக்கொண்டு கழுத்தை நெருக்கினேன். உயிருடன் இருந்த மீனும், அவளும் துடிதுடித்துக் கொண்டிருந்தனர்.

பிடி இறுகுகையில் அவள் மறைந்துப் போனாள். எங்காவது இருக்கிறாளா என்றுத் தேடி பார்த்தேன். அவள் இல்லை. மிக அனிச்சையாக இருந்த வாசம் காற்றில் வீசியது. ஆம், என் மனைவி நான் வந்தவழி சேலையில் தொங்கிக்கொண்டு நின்றாள். என்னைப் பார்த்து நம் பொருட்களை ஒவ்வொன்றாக எடுத்துக் கொடுங்கள்,

நான் மேலே அடுக்குகிறேன் என்றாள். மூச்சிரைக்கும் விசிறியைத் தவிர அனைத்தையும் எடுத்துக் கொடுத்தேன். அப்போது தொட்டியில் இருந்த மீன், விழுங்கிய ஒவ்வொரு மீன்களையும் வெளியே கக்கிக்கொண்டிருந்தது. அதில் எந்த மீனுக்கும் உயிரில்லை. நீரில் மிதந்துகொண்டிருந்தது.

யாவரும்.காம், ஜூலை 2020

இரவானால்...

ஜன்னல் அருகே நின்றுக்கொண்டிருந்ததில் கால் கடுக்கத் துவங்கியிருந்தது. ஜன்னல் கதவைத் திறந்து வெளியே பார்த்தால் மனம் ஆசுவாசமடையும் என்று தோன்றியது. கைகளை ஜன்னல் கண்ணாடியின் மீது வைத்து அழுத்தினேன். விரல்களுக்கிடையில் இருந்து உடல் இல்லாத உருவத்தின் பாதங்கள் மட்டும் கைகள் மேல் ஏறுவது போல் இருந்தது. கைகளைத் திருப்பிவிட்டு கண்ணாடியின்முன் நின்று பார்த்தபோது முதுகுத்தண்டு வழியாக நான்கு கால்களில் நடந்து தலையில் ஏறி நின்றது அந்த உருவம். உடலை சிலிர்த்து உதறிவிட்டு பார்த்தபோது எங்கே போனது அது? சுற்றியெங்கிலும் பார்த்தேன். ஜன்னலை திறக்கும் வரை இதையெல்லாம் அனுபவித்துதான் ஆக வேண்டும்.

பொறுமையிழந்து ஒருவழியாகக் கதவைத் திறந்தேன். ஜன்னலின் வெளியே முட்டிமோதி நின்றிருந்த குளிர்மை உள்ளே புகுந்தது. எதிர்வீட்டுக் குடியிருப்புகளில் குறைந்த வெளிச்சம் உள்ள மின்விளக்குகளை எரியவிட தொடங்கியிருந்தார்கள். இரவில் எழுப்பும் பூச்சிகளின் சப்தம். அது ஒரு சீரான மெல்லிசை. கதவை சாத்திக்கொண்டபோது, கொஞ்சம் தூரத்திலிருந்து கேட்பது போலிருந்தது. அடுத்தது என்ன நடக்கும் என்றுதான் தெரியுமே! உடனே சூடாக்கி வைத்திருந்த பசைப் பானையை வீட்டின் நடுவில் நகர்த்திக்கொண்டு வந்தேன். கிளறியபோது, பரவாயில்லை நேற்றைவிட இன்று நல்ல பதம். வீட்டிலிருந்த பொருட்களை ஒவ்வொன்றாக எடுத்து அதனதன் இடத்தில் ஒட்டினேன். இன்று உபயோகிக்காத பொருளுக்கு அந்தச் சிரமம் இல்லை. சிலது பசையின் சொற்படி கேட்பதில்லை. அவற்றை கயிற்றினால் இடைவெளியின்றி இறுக்கிக் கட்டினேன். கூரையில் கட்டி கீழே தொங்கியவாறு விழுந்துக் கிடக்கும் வடத்தை என்றும் அவிழ்ப்பதில்லை.

எதிர்பார்த்துக் காத்துக்கொண்டிருந்த நேரம் வந்துவிட்டது. இதற்கு இறந்த காலம் இல்லை. எதிர்காலம் குறித்து நேரத்தின் முடிவில் உணர்ந்தால் உண்டு. கண்களை மூடியபோது இரவுப் பூச்சிகளின் ஒலி முழுவதும் நின்று ஆழ்ந்த நிசப்தம். அறையில் பரவியிருந்த காற்று எங்கே போனது? மூச்சு முட்டியது. கண்களைத் திறந்தால் உடல் லேசாக மேலும் கீழுமாக அசையத் தொடங்கியது. மாலையில் இருந்து எதிர்பார்த்துக் காத்துக்கொண்டிருந்த கணம் மிக அருகில். இந்த காலத்திற்கு மட்டும் அத்தனை சாகசத்தன்மை. நான் அதைக் கட்டியணைத்து ஆரத்தழுவும் அளவிற்கு இடைவெளியின்றி. லேசான அசைவில் இருந்த என் உடல் குறிப்பிட்ட கால இடைவெளியில் கொஞ்சம் உயர்வாக தூக்கித் தள்ளியதில் நீர்த்துளிகள் தெறித்தன. நீரிரைச்சல் பிருமாண்டமாய் காதில் ஒலித்தது.

மெல்ல நகர்ந்து அந்தக் கயிறைப் பிடித்து எழ எத்தனித்தபோது, ராட்சஸ அலையொன்று மேலெழும்பிச் சுழற்றியது. தூக்கி எறியப்பட்டாலும் கயிற்றின் பிடியை விடாமல், மூலையில் இருந்து நகர்ந்து ஜன்னலை நோக்கி ஊர்ந்து வந்தேன். வீட்டின் ஒரு மூலை உயர, மற்றொன்று தாழ்ந்தது. மீண்டும் சற்றே ஆக்ரோஷம் குறைந்த பேரலை. இந்தமுறை வருவதற்கு முன்னரே அலையின் ஒலியைக் கொண்டு உணர்ந்ததால், உடலை அரையடி கூட நகராமல் பார்த்துக்கொண்டேன். எதிர்கொள்ளும்முன் இருந்த பதற்றம் தணியத் தொடங்கியிருந்தது. ஒருவழியாக கயிற்றைக் கெட்டியாகப் பிடித்து மெல்ல மேலே எழும்பினேன். சுற்றியிருந்த பொருட்களை கவனித்தபோது சில உருண்டு கீழே விழுந்துவிட்டது. பசையின் பக்குவத்தில் பிசகு அல்ல. நேரம் தவறியதுதான். பசை சரியாகக் காயவில்லை. பதற்றம் எனக்கான பணிகளைத் தள்ளிப் போடுகிறது. இப்போது அப்படியில்லை. ஒரு நொடியைக் கூட வீணடிக்க மனம் ஒப்பவில்லை. இன்னும் சற்று நேரத்தில் மனம் பேதலிக்கத் தொடங்கிவிடும். அதற்கு முன்பாக ஜன்னலை திறந்தாக வேண்டும்.

காற்றின் வேகம் சீரில்லை. இரண்டு மூன்று தடவை கயிற்றில் அந்தரத்தில் தொங்கிக்கொண்டு அங்குமிங்கும் சுற்றினேன்.

எதிரே இயங்கும் விசை ஆக்ரோஷம் அடைவதற்கு ஏற்ப மனம் சாகஸத்தில் ஈடுபட யத்தனிக்கிறது. ஜன்னலை திறந்தபோது ஒரு பேரலையின் நீர்த்தொகுப்பு அதிவேகத்தில் மோதியது. வீட்டின் சுழற்சி–தலை சுற்றல். உப்புநீரைக் கொப்பளித்துவிட்டு வெளியே எட்டிப் பார்த்தேன். பேரமைதியின் உச்ச நிலையை அந்த நொடி வழங்கியது. நடுக்கடலில் மிதந்துக்கொண்டிருந்த வீட்டில் தன்னந்தனியனாக இருப்பது பேரனுபவம். இந்த நேரத்தில் முதுகுத்தண்டில் ஊர்ந்து தலைக்கு வந்த உருவம் துணைக்கு வந்தால், நான் அடைந்துக்கொண்டிருக்கும் பரவச நிலையை அதனிடம் உணரவைக்க முயல்வேன். தினமும் காணும் மூன்று நட்சத்திரங்கள் வானில் மின்னுகிறதா என அண்ணாந்துப் பார்த்தேன். கருமேகங்கள் மறைத்துக் கொண்டாலும் அது எந்தச் சூழ்நிலையிலும் தன் இருப்பிடத்தை விட்டு நகர்வதில்லை. ஆரம்பத்தில் இப்படியான காணாத நாட்களில், சொல்ல முடியாத சோகம் சூழும்.

தூரத்தில் எரி நட்சத்திரம் ஒன்று கடலில் விழுந்து தற்கொலை செய்துக்கொண்டது. அதன் அழகியலினால், காற்றில் வேகத்தில் ஏற்பட்ட மாறுதலை உணர முடியவில்லை. தூக்கி எதிர் சுவரில் வீசப்பட்டேன். உருண்டு சென்றதில் வடம் என்னைச் சுற்றிக்கொண்டது. நான்கைந்து மீன்கள் நீரில் படுத்துக்கொண்டிருந்த கயிற்றில் துள்ளிக்குதித்து விளையாடின. அடுத்த பேரலைக்கு முன்பு ஒருவழியாக கயிற்றை பாதி அவிழ்த்து ஜன்னலோடு உடலைக் கட்டிக்கொண்டேன். நேரம் செல்லச் செல்ல நீரின் கொந்தளிப்பு அதன் எல்லையைக் கடந்தது. அலையின் வேகத்தினால் உடல் முழுவதுமாக நனைந்த போதிலும், இடையில் முட்டிமோதிய வேகத்தில் நீர்த்துளி ஒன்று முகத்தில் பட்டதில் சமநிலையை இழக்கத் துவங்கினேன்.

பதற்றம் அதிகரித்தது. ஜெர்மானிய தேசத்து கடற்கன்னி நடாஷாவின் நினைவு வந்தது. கைகளால் தலையைத் தடவினேன். அவள் இப்போது பெயரை மாற்றிவிட்டாள். அவளுடைய கண்களும் மீன்களுடைய கண்களும் எனக்கு வேறொன்றாகத் தெரிந்ததில்லை. உயரமான கால்க்ள். ஆனால் கால்களைக்

கண்டதில்லை. துடுப்பும், வாலும்தான் கிளர்ச்சியூட்டின. இது அதற்கான நேரமில்லை. இதைவிட சிறந்த நேரம் எதுவுமில்லை. உள்ளுக்குள் கருத்துமோதல்கள். நீர்த்துளி வந்த இடத்தைக் கூர்மையாகப் பார்த்தேன். நடாஷா ஆழத்தில் எனக்காகக் காத்துக்கொண்டிருப்பாள். அங்கே எந்தச் சலனமும் இருக்காது. சீரான காற்றினால் இயல்பான சூழலாக மாறியதை உணர முடியவில்லை. இப்போதே கடலில் குதித்து நடாஷாவைக் கண்டுத் திரும்ப வேண்டும்.

மென்மையான தென்றலும் இசையாக ஒலிக்கத் தொடங்கிய அலையில் சப்தமும் இச்சையை, அதன் வீரியத்தை இழந்துக் கொண்டிருந்ததை உணர்ந்தேன். அப்போதுதான், தொலைவில் தகரம் மினுங்கத் தொடங்கியிருந்தது தெரிந்தது. வழமையாக வரும் நேரம்தான். அது ஒரு நகரத்து தெருமுனையில் இருக்கும் குப்பைத்தொட்டி. அதன் கழுத்தளவிற்கு மனிதர்களால் நிரப்பப்பட்ட குப்பைகள், குப்பைகளின்மேல் அழுக்கு மனிதர், சீழ்பிடித்த முகம், அழுக்கேறிய தலை, கத்தரிக்கோலைக் காணாத முடி, நரம்புகள் பிசகி வாயசைவு இருந்துக்கொண்டே இருக்கும். துவக்கத்தில் குப்பைத்தொட்டி மட்டும் வெறும் குப்பைகளோடு வரும். எதற்காக இந்த குப்பைத்தொட்டி இந்நேரம் வருகிறது என்று வியப்பாக இருக்கும். ஒருநாள் குப்பைகளின் நடுவே இரண்டு கைகளும், இடுப்பிற்கு கீழும் வெட்டப்பட்ட வெறும் தலையும், மனித உடலும் உள்ள உருவம் ஒன்றைக் கண்டேன். பார்ப்பதற்கு அச்சு அசலான மனிதன் போன்ற தோற்றம். அதற்கு அடுத்த நாளில் இருந்துதான் அழுக்கு மனிதரின் வருகை அறிமுகம். குப்பைத்தொட்டியில் இருக்கும் வீண், கெட்டுப்போன உணவுகளை சாப்பிடுவார். அந்தக் குப்பைத் தொட்டியில் இருக்கும் குப்பைகள் எதுவுமே கடலில் விழுவதில்லை. ஏதோ ஒரு தாய் குப்பைத்தொட்டியில் போட்டுச்சென்ற கருவாக இருப்பாரா? தன் இடத்தை மாற்றக் கூடாது என்று நினைக்கும் மனிதனா?

தனியாக வந்துக்கொண்டிருந்தவர், அழகான நாய் ஒன்றை ஒருநாள் அழைத்து வந்தார். அதைப் பார்க்கும்போது கண்டிப்பாக ஒரு மேட்டுக்குடி வீட்டில் வளர்க்கப்பட்ட நாயாகத்தான்

இருக்கும். மிகவும் கச்சிதமான தோற்றத்துடன், துருதுருவெனக் குப்பைத்தொட்டியை சுற்றி நடந்துக்கொண்டே இருக்கும். நாட்கள் நகர நடப்பது குறைந்து எந்நேரமும் அழுக்கு மனிதரின் அண்டையில் படுத்தேக் கிடக்கும். அவர் குப்பைத்தொட்டியில் தேடி கண்டுபிடிக்கும் உணவை அந்த வாயில்லா ஜீவனுக்கு ஊட்டினார். அவர் உண்ணும் உணவைக் குறைத்து, கிடைப்பது அனைத்தையும் நாய்க்கான உணவாக்கினார். அழுக்கு மனிதர் குளிப்பதில்லை என்பதால் தன் உடலிலும் நீர் விழுவதற்கு நாய் விரும்புவதில்லை. நாளடைவில் நாயும் அழுக்காகி, உடல் முழுவதும் சதை தொங்கிப் பெருத்துப்போனது.

இருவருக்குமிடையில் இருந்தது விசித்திரமான உறவுதான். நாள் முழுவதும் அருகாமையில் இருந்தாலும் ஒருவர் மற்றொருவர் மீது எந்த உரிமையும் எடுத்துக்கொள்வதில்லை. நாயைக் கட்டுப்படுத்த முனையும் செயலை ஒருநாளும் கண்டதில்லை. தன்னைவிட ஓர் அறிவு குறைவு போன்ற பாவனைகள் இல்லை. ஒவ்வொரு நாளும் குப்பைத்தொட்டி வீட்டைக் கடந்து செல்லும்போது நரகமே ஊர்ந்து செல்வது போல் தோன்றும்.

கடல் கொந்தளிப்பாக இருக்கும் காலத்தில் குப்பைத்தொட்டி வருவதில்லை. இருவரின் நிதானம் குப்பைத்தொட்டி இருக்கும் இடத்தில் கூடுதல் வெளிச்சத்தை வழங்கியிருந்தது. அவர்கள்மேல் எனக்கு ஆர்வம் ஏற்பட அந்த வெளிச்சமும் காரணம். மனிதர்கள் போட்ட குப்பைகளின்மேல் வாழ்க்கை நகர்ந்துக் கொண்டிருந்தாலும் கடலின் உப்புக்காற்று நோய் எதிர்ப்பு சக்தியை அளிப்பதால் எந்த நோய்களும் அண்டுவதில்லை. சமீப நாட்களாய் அந்த நாய்க்கு பாதி கிழிந்து தொங்கிய அழுக்கான முகக்கவசத்தை அதன் காதில் மாட்டியபடி அழைத்து வருகிறார். அதன் கண்களைப் பார்க்கும்போது தனக்கும் அணிய விருப்பமில்லை என்று சொல்வதாகத் தோன்றும்.

படகு ஒன்று குப்பைத்தொட்டிக்கு வெகுத்தொலைவில் அதிவிரைவாக வருவது தெரிந்தது. படகைச் சுற்றி நாற்புறமும் கொழுந்து விட்டெரியும் நெருப்பு ஜாலைகள். திமிங்கல வேட்டைக்கு வந்தவர்கள் போல் கட்டுமஸ்தான தோற்றம். குப்பைத்தொட்டிக்கு

அருகே நெருங்கியவர்கள் குரலை நீளத்திற்கு உயர்த்தி, "இந்த பகுதியில் எண்ணெயினால் வறுக்கப்பட்ட மீன் எங்கு கிடைக்கும்? உயிரோடு திரியும் மீன்கள் எமக்கு தேவையில்லை, இது கடல் ராஜாவின் உத்தரவு, எங்கள் நேரத்தை வீணடிக்காமல் உடனே கூறுங்கள்" என்று சிம்ம கர்ஜனை. ஒருவன் நுண்ணோக்கியினைக் கொண்டு வட்டமாகப் பார்வையை விரித்தான். பயனில்லை, ஆகட்டும் என இரண்டு பேர் கடலில் குதித்து வறுத்த மீன்களைத் தேடினர். அவர்கள் இந்த இடத்தை நெருங்கி வருவதற்கு முன்னரே விளக்கை அணைத்திருந்தேன். என் அறையில் துள்ளிக் குதித்து விளையாடிக்கொண்டிருந்த மீன்கள் காலை உரசியது. பிடித்துப் போகவே மீண்டும் மீண்டும். அவர்கள் கையில் நீளமான மரத்துப்பாக்கி வைத்திருந்தனர். ஒருவன் பாறையின் அருகில் ஒட்டியிருந்த கடற்பாசியைக் கையில் எடுத்து, தேடி வந்த மீன் என்று நம்பி ஏமாந்தான். இருவரும் வாடிய முகத்தோடு படகு திரும்பினார்கள். "சுற்றி எரியும் நெருப்பு ஜுவாலைகள் அணைவதற்குள் நாம் மீனுடன் திரும்பியாக வேண்டும், அவ்வாறு நடக்கவில்லையெனில், ஒழுங்காக தயாரிக்கப்படாத அரைகுறை துப்பாக்கியின் குண்டு நம் மண்டையை துளைத்து வெளியேற முடியாமல் மூளைக்குள் சிக்கித் தவித்துக்கொண்டிருக்கும். நெருப்பு அணையத் துவங்குகிறது."

குப்பைத்தொட்டிக்குள் அழுக்கு மனிதருக்கும் நாய்க்கும் இமை அசையவில்லை. பிறையை மறைத்த மேகங்கள் விலகியபோது லேசான சாரல் மழை. அங்கிருந்த மக்காத குப்பைகளை நடுவில் குவியலாய் நிரப்பி, அணையாமல் பொசுங்கிக்கொண்டிருந்த பீடித்துண்டினால் கொளுத்தினார். காற்றில் மேற்கு நோக்கி வீசிக்கொண்டிருந்த மழையில் நெருப்பு பிரகாசமாக எரிந்தது. படகின் நெருப்பு அணையாமல் இருக்க, தென்னை நாரினால் உருவாக்கப்பட்ட சாக்கினால் இணைக்கப்பட்ட கூடாரத்தை உருவாக்கி இழுத்துக் கட்டிக்கொண்டிருந்தார்கள்.

கயிறை இறுக்கும்போது ஒருவன் வெறிபிடித்தது போல் கத்திக் கூச்சலிட்டான். காற்று குறைந்தபோதும் அலையின் இரைச்சலோடு மழை பெய்வதால் அவர்கள் பேசுவது சரியாக

காதில் விழவில்லை. அவர்களின் உடல்மொழி, செய்கைகளைக் கொண்டு உணர்ந்தேன். "அந்த கிழட்டு கபோதியின் அருகில் இருக்கும் நாயின் வயிற்றை பார்த்தாயா? வீங்கிப் போயுள்ளது. நாம் தேடி வந்த மீன்களை அது தின்றுவிட்டது. நமக்கு தேவையான மீன் கிடைக்காமல் போனதற்கு இந்த அழுக்கு கிழவன்தான் காரணம்." இப்போது என்ன செய்வது என்று மூவரும் குழம்பிப்போய் நின்றனர். அப்போது மற்றொருவன் "நமக்கான நேரம் முடியப் போகிறது. நாயின் வயிற்றைப் பார்க்கும்போது, நாம் வருவதற்கு சற்று முன்தான் தின்றிருக்க வேண்டும், நமக்கிருக்கும் கடைசி வழி, நாயின் வயிற்றைக் கிழித்து மீனை எடுத்து செல்வது தான்" மூன்று பேரும் தலையை உதறினர்.

"முதலில் யார் செல்வது...?" எனக் கேட்டுக்கொண்டு குப்பைத்தொட்டியைப் பார்த்தான் ஒருவன். உடனே மற்ற இருவரும் அவனைப் பிடித்து கடலில் தள்ளினர். நீந்திச்சென்று குப்பைத்தொட்டியை நெருங்கியபோது நாக்கு இழுத்துக்கொண்டு சத்தம் உடலுக்குள் தொண்டை வழியாக வயிறுக்கு இறங்கத் தொடங்கியது. கைகால்கள் சுழன்றதில் அருகிலிருந்த மீன்கள் வேறு திசைக்கு நகர்ந்தன. படகில் நின்று கண்டவர்களுக்கு எதுவும் புரியவில்லை. ஒருவன் வேகமாகக் கிளம்பத் தயாரானான். நிலைமையை உணர்ந்த மற்றொருவன் தடுத்தான். "அந்த கிழவனை சாதரணமாக எடை போட்டுவிட்டோம். அவன் நாம் நினைத்ததை விட பயங்கரமான சூனியக்காரன். நம்மால் அவனை நெருங்க முடியாது." நெருப்பின் வெளிச்சத்தில், அதன் சூட்டில், அழுக்கு உருகி தொப்பையில் வழிந்தது. தாடியின் முனையிலும் நெருப்பு. நாயின் கருவிழிகளிலும்தான்.

அரைகுறை துப்பாக்கியை எடுத்து தோட்டாக்களை நிரப்பினார்கள். மழையில் எரியும் நெருப்பைக் கண்டு கைவிரல்களில் ஆட்டம். முதல் குறியை நாயின் நெற்றிக்கு வைத்தான். "அதன் கண்களுக்கு வை" என்றான் இன்னொருவன். "கிழவா நீ சிலநிமிட வேதனையாவது அனுபவிக்க வேண்டும்." முதல் குண்டுக்கு பொறுமை இல்லை. ஏதோ சத்தம் கேட்டது. நாற்புறமும் திரும்பிப் பார்த்தார்கள். வானத்தை துளைத்தது போல் ஒரு சத்தம்.

மேலே பார்த்தார்கள். இருவரின் வலக்கண்களிலும் ஒருதுளி நீர். குப்பைத்தொட்டியின் உயரம் குறையத் தொடங்கியது. அடுத்த குறிகள் அனைத்தும் குப்பைத்தொட்டியைப் பதம் பார்த்தன.

“நம் உயிருக்கான நேரம் முடிவடைந்து விட்டது. “அத்தனை பேர் முன்னாடி அவமானப்பட்டு தான் சாக வேண்டுமா?” நாற்புறமும் பார்த்து சிந்தித்தார்கள். எந்த யோசனையும் கைகூடவில்லை. “வலையை இடப்புறமாக வீசுங்கள்” என்ற அசரீரி சத்தம் ஒலித்தது. அழுக்கு கிழவரைப் பார்த்தார்கள். அந்த திசையில் ஒலி வரவில்லை. எந்த திசையிலும் வரவில்லை. அந்த ஒலிக்கு திசைகள் இல்லை. அவர்களது உள்ளத்திலிருந்து கேட்ட ஒலி. இருவரும் உடனடியாக வலையை இடப்பக்கமாக வீசினார்கள். நீரில் பொரிந்துக் கொண்டிருந்த மீன்கள் மிதந்தன. முகத்திலிருந்து விழுந்துக்கொண்டிருந்த நீர் வெள்ளிக் கொலுசு போல் நீண்டு படகின் முனையில் சரணடைந்தது. வலையில் அகப்பட்ட அத்தனை மீனையும் அள்ளிப் படகில் போட்டனர். “இதை அரசனிடம் கொண்டுபோய் கொடுத்தால் வெற்றிபெற்ற பெருமிதத்தோடு சாகலாம் இல்லையா?” உடனே படகைத் திருப்பிக்கொண்டு கிளம்பினார்கள். சாவதற்குமுன் ஒரு மீனை ருசி பார்ப்போம். ஆஹா அருமையான யோசனை.

தாடியில் எரிந்துகொண்டிருந்த நெருப்பு நீரில் பட்டு அணைந்தது. கடலின்மேல் இரு தலைகள் மட்டும் எந்த அசைவும் இல்லாமல். கடைசியாக இருவரின் உடல்களும் முழுவதும் மறைந்து போனது.

சிறிது நேரத்தில் இருள்சூழத் தொடங்கியிருந்தது. வீட்டின் அசைவிலும் மாற்றம். இதுவரை ஓயாமல் கேட்டுக்கொண்டிருந்த அலையின் இரைச்சல் எங்கே போனது. இருட்டில் எதுவும் தெரியவில்லை.

காலம் உறைந்துப் போயிருந்தது. எதிர்காலத்தின் மீது நம்பிக்கை இழக்கத் தொடங்கினேன். குப்பைத்தொட்டி மூழ்கிய அதே இடத்தில் மீண்டும் ஒரு சலசலப்பு. காற்றின் வேகம் பலமடங்கு அதிகரித்திருந்தது. நீரின் சலனம் இயல்பாக. நீரில் இருந்து ஏதோ ஒன்று மேலேழும்பப் போவதாக உணர்ந்தேன். அழுக்கு என்ற ஒன்று இந்த உலகில் இருக்கும் வரை மனிதனுக்கு சாவில்லை.

குப்பைத்தொட்டி மூழ்கிப்போனதாக என் கண்ணுக்கு தெரிந்தது வெறும் பிரம்மை. நாயின் கதை அவ்வளவுதான். மரணத்தை வெல்லும் கலை இன்னும் அதற்கு கைக்கூடவில்லை. நினைத்தது போலவே நீரில் ஒன்று மிதக்கத் தொடங்கியிருந்தது. அதே வெளிச்சம் மீண்டும். அவரேதான். ஒரே ஒரு வித்தியாசம் இந்த முறை, கீழிருந்து மேல். இல்லை இது அந்த தகரம் இல்லை. துரும்பரித்துக் காணப்பட்டாலும் இடையில் மினுங்கும் அந்தக் குப்பைத்தொட்டி இல்லை. என் கண்ணெதிரே மிதந்துக்கொண்டிருப்பது என்ன? அது ஒரு மரம்.

மிகவும் நேர்த்தியாகக் கலா ரசனையுடன் மரத்தினால் செய்யப்பட்ட சவப்பட்டி அது. நான் நினைத்தது அனைத்தும் பொய்த்துப் போனது. அழுக்கு மனிதனுக்கு இன்னும் அந்தக் கலை கைக்கூடவில்லை. அது மெல்ல என் வீட்டைக் கடப்பதற்காக நகர்ந்து வந்தது. வெளிச்சமும் அதனோடு இணைந்து. இமையை மூடித் திறப்பதற்கு மறந்திருந்தேன். மூடியபோது லேசாக வலி. திறந்தபோது அது திறந்திருந்தது. சவப்பெட்டியினுள் ஓர் அழகான ஆட்டுக்குட்டி. அதன் தோளில் செந்நிறத் துண்டு.

வனம், அக்டோபர் 2021

கப்பல் '1073'

கனவில் வரும் கப்பல் இன்று கரை ஒதுங்கும் என்று தோன்றியது. காலைமுதல் எப்படியாவது கண்டுவிட வேண்டும் என ஜன்னல் வழியாகக் கடலைப் பார்த்தபடி இருந்தார். பொழுது பெரும் சிரமத்துடன் கடந்து, ஒருவழியாக இரவு வந்தது. வானில் ஒரு நட்சத்திரம் கூட தென்படவில்லை. நிலா?. குடையை விரித்துக்கொண்டு கடலை நோக்கி கிளம்பினார்.

கடற்கரையில் குவிந்திருந்த கூட்டத்தினர் காற்றின் திசையில் திரும்பிக் கொண்டிருந்தனர். காற்றின் திசை எதுவென மழைத்துளிகள் சொல்லிக் கொண்டிருக்கையில், குடை மேல்நோக்கி விரிந்து மடங்கி கைநழுவியது. சற்றுமுன்பு நின்றிருந்த பெருந்திரளில் ஒருவர் கூட இல்லை. சிறு நண்டுகள் மணலுக்கு அடியில் மறைந்தன. தூரத்தில் மீன்பிடிக்கச் சென்ற படகுகள் கரை திரும்பிக்கொண்டிருந்தன. வழக்கம் போல் இன்றும் ஏமாற்றம். கப்பல் எங்கே?

மழை சப்தம் நடுவில் யாரோ கதவை தட்டுவது போலிருந்தது. ஒருகணம் தலையை உயர்த்திவிட்டு மீண்டும் படுத்தார். ஆமாம், உண்மைதான். தட்டுகிறார்கள். திடுக்கிட்டு கதவைத் திறந்தார். மழையில் நனைந்த ஆமணக்குச் செடி ஒன்று நின்றுக்கொண்டு புன்னகைத்தது. கம்புகளில் வெள்ளைநிற மாவு போன்று படிந்திருக்கும் இடங்களில் நீர் நனைந்து சொட்டியது. நீண்ட காம்புகளுடைய நீளமான இலையில் நீர்த்துளிகள் மின்னியது.

"என்னை நினைவிருக்கிறதா? ஒருநாள் குடிசையின்முன் வெயிலில் நீங்கள் தவித்துக்கொண்டிருந்த போது, நிழல்தர வந்திருந்தேன். அந்த கொடூர வெக்கையில் மரணத்தை விரும்பியதாகக் கூட என்னிடம் சொன்னீர்கள். கண்டிப்பாக என்னை உங்களால் மறக்க முடியாது என்று தெரியும். என்னோடு இருந்த ஒருநாள்தான் நீங்கள் மகிழ்ச்சியாக இருந்த நாள் என்று நம்புகிறேன்." கண் இமைத்து ஆமோதித்தார். "உள்ளே வரலாமா?"

வீட்டைச் சுற்றிப் பார்த்தது. "அடேங்கப்பா! தனியாக இத்தனை பெரிய பங்களாவில் வசிக்கிறீர்களா! நான் இன்றும் நீங்கள் அமைத்த அதே குடிசையின் அருகில்தான் வசிக்கிறேன்." வயதானவர் திடுக்கிட்டார். உடனே ஆமணக்குச் செடி, "நீங்கள் யோசிப்பது புரிகிறது, நான்தான் ஒரே நாளில் தோன்றி அந்த படுபாவி பூச்சியினால் அரிக்கப்பட்டு மடிந்துவிட்டேன் என்றுதானே? தெரியும், அந்த சம்பவத்தினால் மிகவும் கலங்கிப் போனீர்கள். என்னை அந்த நிலைமைக்கு ஆளாக்கிய பூச்சியையும், வெயிலையும் சபித்தீர்கள்.

அடுத்த மழையின் போது மறுபிறவி எடுத்தேன். அதற்குள் நீங்கள் என்னைவிட்டு சென்றுவிட்டீர்கள். நீங்கள் தனிமையில் மிகப்பெரும் துன்பத்தில் இருப்பதாக கனவு வந்தது. ஊர் மக்களுக்கு பல நன்மைகள் செய்துக் குளிர்விக்கிறேன், உங்களை குளிர்விக்க மாட்டேனா?"

கிளையைப் பற்றியபடி பேசத் தொடங்கினார். "உண்மைதான். நான் சபித்த பூச்சிதான் என்னை பழிவாங்கிவிட்டது. ஒருநாள் நான் பிரார்த்தனையில் இருந்தபோது அந்தப் பூச்சி அறைக்குள் செல்போனில் ஓர் இளஞ் சூரியனுடன் மெய்நிகர் சல்லாபத்தில் முனகுவது கேட்டது. கதவைத் திறந்தபோது நான் கண்ட காட்சி. ஐயோ, எப்படி சொல்வேன்? முழங்காலில் நின்று அந்நியப் பாஷைகளில் கைகளைத் தூக்கி சத்தமாக மீண்டும் சபித்தேன். கொஞ்சம் கூட பொருட்படுத்தவில்லை. விழுந்துவிழுந்து சிரித்துக்கொண்டே லீலைகளை தொடர்ந்தார்கள். உறைந்து நின்றேன். தூக்கம் இல்லை, கனவுகள் மட்டும் தோன்றின.

நான் ஒரு கப்பலைக் காண வேண்டும். அந்தக் கப்பலில் ஏதோ ஒன்று சம்பவிக்க போகிறது. என் முகத்தைப் பார், முகமூடி போன்று என் கண்களில் கருவளையம் சூழ்ந்துள்ளது. அன்று இரவு முழுவதும் தூங்காமல், விடியற்காலை வரைக் காத்திருந்து காவல் அதிகாரி முன்னிலையில் அந்த இளஞ் சூரியனுடன் பஞ்சாயத்து நடந்தது. நான் இப்படியொரு சூழலில் தலைகுனிந்து நின்றது முனகலை விட மேலான வலியைத் தந்தது. உயர்ந்த மதுவை அதிகாரிக்கு அளித்து சூரியனை காப்பாற்றி அழைத்துச் சென்றார்கள்.

எல்லாரும் கைவிட்டார்கள், இனி யாரிடம் செல்வேன்? உயிரோடு இருப்பதைவிட சாவது மேல். உன் விதையை எனக்கு தருவாயா?" ஆமணக்கு செடியின் வேரில் விழுந்து கண்ணீர் சிந்தினார்.

"கடவுளோடு எங்கள் இனத்தையும் வழிபடுகிறார்கள். என் வேரில் விழுவதை நான் விரும்பவில்லை" என்று ஆமணக்குச் செடி சற்று தற்பெருமையுடன், "அமருங்கள். நீங்கள் சபித்த ஜீவனுடன் வாழ்க்கை என்றாகி விட்டது. பூச்சிக்கு முக்கியத்துவம் தராமல் பிரார்த்தனையே கதி என்று கிடந்தால் முனகல் சத்தம் கேட்கத்தானே செய்யும். சரி, காலம் கடந்துவிட்டது. இப்படி தனிமைச் சிறையில் அகப்பட்டு சுயதண்டனை அளிப்பது சரியா? இனி யார் உங்களை மீட்பது? காதில் என்ன? இரத்தக்காயம் போன்று உள்ளதே. வயதான காலத்தில் உதவிக்கு ஆள் வைத்துக்கொள்ளலாமே. நகங்கள் வேறு நீண்டு வளர்ந்துள்ளது" ஆமணக்கு செடியின் இலைகள் காற்றில் ஆடியது.

தூரத்தில் ஒலிக்கும் ஆலயத்தின் மணியோசை இரவின் நேரத்தை சொன்னது. குவளையில் நீரை நிரப்பி, பெட்டியில் வைக்கப்பட்டிருந்த மாத்திரைகளை விழுங்கிவிட்டு பேசினார். "மனிதர்கள் நடமாட்டம் பயமாக உள்ளது. வெளியே வர பிடிக்கவில்லை. இது என்ன நோய் என்று தெரியவில்லை. கண்டிப்பாக பெயர் வைத்திருப்பார்கள். பல நோய்களுக்கு தவறாமல் மருத்துவர் மருந்து தருகிறார். இன்னும் கொஞ்சம் நேரம் இருந்தால் நீயே கூட எனக்கு சுமையாகலாம்."

"உயிரைக் கூட பொருட்படுத்தாமல் பாலை நிலத்தில் குடிசைப் போட்டு மக்களை ஆன்மீகநெறிப்படுத்த கிளம்பிய நீங்களா இப்படி? இதற்கெல்லாம் யார் காரணம்? உங்கள் பக்கமும் தவறு உண்டு. உங்கள் மனநிலை எனக்கு புரியாமல் இல்லை. கவலைப்படாதீர்கள், எல்லாம் சரியாகும். நீங்கள் செய்த புண்ணியங்கள் மீட்சி தரும். உங்கள் கால்கள் சரியில்லை. சிறுத்துப் போயுள்ளது. உங்கள் எடையை சுமப்பதற்கான வலுவில்லை. கட்டில் அருகில் ஊன்றி நடக்கும் குச்சி இருக்கிறது. அதைத்தானே சொல்ல வருகிறீர்கள்? கண்டிப்பாக இது வாதம்தான். முற்றி விட்டது. இனி சிரமம்தான். பரவாயில்லை தாக்குப் பிடிக்கலாம். என்னிடமிருந்து இலைகள்

பறித்துக்கொள்ளுங்கள். உபயோகப்படும்.” பெரிய இலைகளாக இரண்டை பறித்துக்கொண்டார். ஈரம் வடிந்திருந்த ஆமணக்குச் செடி மீண்டும் மழையில் நனைந்துக்கொண்டு தன் குடிசையின் அருகாமைக்கு திரும்பியது.

நள்ளிரவில் மழை வேகமெடுத்தது. வேகம் உண்மைதான். வீட்டிற்குள் தண்ணீர் புகும் அளவிற்கு பெரிய வேகம் இல்லை. கதவிடுக்கின் வழியாக நீர் சலனமில்லாமல் புகுந்தது. ஒன்றும் புரியவில்லை. முட்டியளவு நீர். இருபது வினாடிகள் இடைவெளி விட்டு கதவை ஏதோ பாறை முட்டுவது போல் இருந்தது. கதவை திறந்தபோது பேரதிர்ச்சி. இல்லை, ஒருவேளை அப்படிக் காட்டிக்கொண்டார். பெரிய மீன் ஒன்று வீட்டிற்குள் புகுந்தது. நீரைத் தொட்டு நக்கிப் பார்த்தார். உப்புக் கரித்தது. “இதென்ன கொடுமை! என்னை மறந்து விட்டீர்களா? ம்ம்.. எனக்கும்தான் உங்களைப் போன்று வயதாகி விட்டது.”

“இல்லை.. உன்னை எப்படி மறக்க முடியும்? சமீபத்தில் கூட நினைத்துப் பார்த்தேன். என் வாழ்வில் சொர்க்கமாய் உணர்ந்த மூன்று தினங்கள் உன் வயிற்றில் இருந்த நாட்கள்தான். அன்று வயிற்றில் அகப்படுவதற்கு சில காரணங்கள் இருந்தது. சரியாக நினைவில்லை, எனது பயணம் தடைப்பட்டதாக கூட உணர்ந்திருப்பேன். கடவுள் மீது கூட கோபப்பட்டேன். அது போகட்டும், இந்த சந்திப்பை கொஞ்சம் கூட எதிர்பார்க்கவில்லை” என்றார். அறையில் நீர்ப்பெருக்கு இடுப்பளவை எட்டியிருந்தது. கைத்தூண், தொப்பி, மூக்குக் கண்ணாடி, புத்தகங்கள், துணிமணி, கட்டில் இதரப்பொருட்கள் நீரில் மிதந்து வெளியேறின. பெட்டியில் இருந்த மாத்திரைகள் மட்டும் கரைந்தன.

“நான் பசிக்காக உங்களை விழுங்கவில்லை. அதை நீங்கள் உணர்ந்திருப்பீர்கள் என அறிவேன். அன்று எனக்கு இடப்பட்ட கட்டளை. அதன் நன்மை தீமை குறித்து நான் அறியேன். நான் ஒரு சேவகன். என் வயிற்றில் இருந்தபோதுதான் நிம்மதியாக இருந்தாய் என்று சொன்னீர்கள். அப்படியெனில் தற்போது?. எல்லாம் தெரியும் எனக்கு. ஆமாம், நான் உங்களை தினமும் பார்க்கிறேன். என்னைதான் நீங்கள் பார்ப்பதில்லை. தினமும் கடலுக்கு வந்து

செல்வதை ஆழத்தில் இருந்தாலும் என்னால் உணர முடியும். சொல்லுங்கள் நான் உங்களுக்கு உதவ வேண்டுமா? ஏன் தினமும் இரவில் கடலுக்கு வருகிறீர்கள். இன்று காற்றின் அளவு அதிகம். மழை இன்னும் நிற்கவில்லை. ஆனாலும் வந்தீர்கள். அதனால்தான் உங்களை தேடிவரக் காரணம்." இப்போது நீரளவு வயிற்றுக்கு மேல்.

"ஆழ்ந்து தூங்கி பல வருடங்கள் ஆகிறது. என் தூக்கத்தை கெடுப்பது எது என சொன்னால் சிரிப்பீர்கள். வயதானவன் நரம்புக் கோளாறினால் உளறுவதாக கூறலாம். ஆனால், அது உண்மை இல்லை. என் தூக்கமின்மைக்கு காரணம் ஒரு கப்பல். இன்றைய கப்பல் அல்ல அது. மரத்தால் செய்யப்பட்ட ஒரு பழைய கப்பல். கருப்பாக இருக்கும். பேய் மாதிரி தூரத்தில் வருகிறது. எனக்கு அதை நேரில் காண வேண்டும். எனக்கும் அந்த கப்பலுக்கும் ஏதோ தொடர்புள்ளது. என்ன என்றுதான் தெரியவில்லை. நான் உறங்கவோ, சாகவோ வேண்டுமானால் அந்த கப்பலைக் கண்டால் மட்டுமே முடியும். எனக்கு அந்தக் கப்பல் குறித்து வேறு அடையாளங்கள் எதுவும் சொல்ல முடியவில்லை. சில அடையாளங்களை, மனிதர்களைக் காண்கிறேன். உறக்கத்திலிருந்து கண்விழித்தபோது அனைத்தும் நினைவில் இருந்து அழிந்துவிடுகிறது. ஒரு பவுர்ணமி நாள் கண்ட கனவின் போது அந்தக் கப்பலின் அடிப்பகுதியில் '1073' என்ற எண் இருந்தது".

ஆச்சரியத்துடன் "நான் அந்த கப்பலை பலமுறை கண்டுள்ளேன். '1073' எண் நினைவில் உள்ளது. கருப்புநிறக் கப்பல். என் கணிப்பு சரியானால் இன்னும் மூன்று தினங்களில் அந்த கப்பல் நான் வாழும் பகுதியைக் கடக்கும்". துவண்டிருந்தவரின் முகத்தில் உற்சாகம் தென்பட்டது. ஆனால், வாய், மூக்கைக் கடந்து நீர் கண்களை நெருங்கிக்கொண்டிருந்தது. இதுதான் சரியான நேரம், நீந்திச்சென்று அவரை விழுங்கத் தொடங்கியது. உண்மையில் பெரிய மீன் தான். இன்னும் இரண்டு பெரிய மனிதர்களைக் கூட துணைக்கு விழுங்கலாம். பல வருடங்களாக தேங்கிக் கிடந்த குப்பைகளுடன் இரு ஆமணக்கு இலைகளும் நீரில் வெளியேறின.

கப்பலைத் தேடிச் செல்லும் பயணம் தொடங்கியது. கடந்த முறை இருந்தது போல் அல்ல. வயிற்றினுள் பெரும் நிசப்தம்.

பெரிய விடுதலை. அசைவு மட்டும் இருந்தது. எப்போதாவது எதிரில் வரும் மீன்களால் நீரின் சலசலப்பு. இருட்டில் உணரும் அசைவு நிகழ்காலத்தை மட்டும் உணர செய்தது. சில நேரங்களில் நீரோட்டத்தையும். கடந்தமுறை அலைகளின் அழுத்தம் தெரிந்தது. இம்முறை இல்லை. கண்களை மூடுகையில் வெளிச்சம். திறந்தால் இருட்டு. மீண்டும் மூடினால் ஆழியின் கடற்பாசி. பச்சை அடர்ந்து வெளிச்சமாகி வெள்ளியாகி இருட்டானது.

மூன்று நாட்களுக்கு பின் கப்பல் வருவது தெரிந்தது. கப்பல் வரும் திசையில் மீனின் பயணம். கப்பலைச் சுற்றி நிறைய சரக்குப் பொட்டலங்கள் மிதந்து கொண்டிருந்தது. வலையை வீசி ஒவ்வொன்றாக கப்பலில் ஏற்றிக்கொண்டிருந்தனர். கப்பலுக்கு அருகாமையில் மீன் அவரைக் கக்கியது. மிதக்கும் சரக்குப் பெட்டிகளுக்காக விரிக்கப்பட்ட வலையில் சிக்கிக் கொண்டார். பெரிய மீன் என்று நினைத்த மாலுமிகள் வலையில் இழுத்து கப்பலில் போட்டனர். வலைக்குள் இருக்கும்போது அது மீன் இல்லை மனிதன் என்பதை உணர்ந்தனர். அவர்களுக்குள் சலசலப்பு நிலவியது.

வலைக்குள் சுருண்டு கிடந்தார். முகம் தெரியவில்லை. வலையை அகற்றிப் பார்த்தனர். அவரைக் கண்டபோது ஒரு நிமிடம் திடுக்கிட்டனர். எல்லோரும் பயங்கரமாகக் கத்தத் தொடங்கினர். அங்கிருந்த மாலுமி ஒருவன் எக்காளத்தை ஊதினான். மகிழ்ச்சியில் ஆர்ப்பரித்தனர். இத்தனைக் காலம் இந்த தருணத்திற்குதானே காத்திருந்தோம் என மண்டியிட்டு கடவுளுக்கு நன்றி கூறினர். பார்ப்பதற்கு காடுகளில் வசிக்கும் வேட்டை மனிதர்கள் போன்றே காணப்பட்டனர். எந்த நாட்டு பூர்வக்குடிகள் என்றுத் தெரியவில்லை. நாடோடிகளாக சுற்றுகின்றனர். நீண்ட முடி, தாடியுடன் காணப்பட்டனர். பார்ப்பதற்கு பெரிய பாய்மரக் கப்பல். அனைத்தும் உளுத்த மரங்கள் போல் தெரிந்தன.

ஒருவன் கத்தினான், “ஐயா.. உங்களால்தான் நாங்கள் உயிரோடு இருக்கிறோம்”

வயதானவருக்கு கனவின் மீதி இருந்த கேள்விகளுக்கு ஒவ்வொன்றாக விடைகள் கிடைக்கத் தொடங்கியது.

மற்றொருவன் அருகே சென்று, "முன்பு ஒருநாள் எங்கள் கப்பலில் ஒரு தேசத்திற்காக ஆன்மீகப் பயணம் மேற்கொண்டீர்கள் அல்லவா? அதற்கான பயணக்கூலியை நாங்கள் பெற்றுக்கொண்டோம். முதல் நாள் இனிதாக கடந்தது. இரண்டாம் நாள் பெரும் புயல் தாக்கியது. கொஞ்சம் தாமதித்திருந்தால் கூட கப்பல் உடைந்து நாங்கள் எல்லாரும் கடலுக்குள் சென்றிருப்போம். அது மிகவும் ஆபத்தான உயிர்க்கொல்லி மீன்கள் நிறைந்த இடம். கடல் சீற்றத்திற்கு காரணம் நீங்கள்தான் என்று நம்பியது விதி. ஆம், உங்களுக்குத் தீமை செய்தோம். அதற்கு நாங்கள் பொறுப்பல்ல என்று கடவுளிடம் மன்றாடினோம். எங்களைக் காப்பாற்ற உங்கள் உயிரை பணையம் வைத்தீர்கள். உங்களிடம் போய் கூலி பெறலாமா? குற்றவுணர்வில் இருந்தோம்.

இரண்டாவது நாளே எங்களை விட்டு விடைபெற்றுவிட்டீர்கள்? உங்களை கடலில் தூக்கிப்போட்ட அடுத்த நிமிடம் சீற்றம் தணிந்தது. உங்களை மரணம் நெருங்குவது கடினம் என உள்ளுணர்வு சொல்லியது. எங்கள் நம்பிக்கை பொய் ஆகவில்லை. மகிழ்ச்சி போதகரே! நீங்கள் இரவில் கண்விழித்து பிரார்த்தனை செய்த இடத்தை புனித இடமாகவே வைத்துள்ளோம். அங்கு நாங்கள் அசுத்தம் செய்வதில்லை. யாரையும் நெருங்க விடுவதில்லை." அனைவர் கைகளும் கும்பிட்டபடியே இருந்தது. "உங்களிடம் வாங்கிய கூலியைக் கூட செலவு செய்யவில்லை." என்று பணம் இருந்த பையை அவரிடம் நீட்டினான்.

இன்னொருவன் கூட கூறினான். "நீங்கள் நித்திரை செய்த இடத்தையும் தூய்மையாக வைத்துள்ளோம். களைப்பாக இருப்பீர்கள். அங்கு சென்று ஓய்வு எடுக்கலாம்.. மீன் உணவு சிறிது நேரத்தில் தயாராகி விடும்" என்றான் புன்னகையுடன்.

கப்பலில் நித்திரை செய்த இடத்திற்கு கூட்டிச் சென்றார்கள். அவருக்கு பாதுகாவலாக யார் இருப்பது என்று அவர்களுக்குள் போட்டி வந்தது. என்னுடைய வலையில் சிக்கியதால் நான்தான் பாதுகாவலன் என்று ஒருவன் அடம்பிடித்தான். உனக்கு அவர் என்று தெரிந்தா காப்பாற்றினாய்? அவர்களுக்கிடையே வாக்குவாதம் நடந்தது. வழக்கம்போல் சீட்டுப் போட்டுப் பார்த்தார்கள்.

வலையை வீசிய மனிதனே பாதுகாவலர் ஆனான். அவன் முகத்தில் பெருமிதம். மற்றவர்கள் அங்கிருந்து முணுமுணுத்துக்கொண்டே நகர்ந்தார்கள்.

சற்றுமுன்பு வரை அதிகமாக இருந்த கடல் கொந்தளிப்பு அடங்கியிருந்தது. ஒருசிலர் மீன் உணவை எடுப்பதற்காக சென்றிருந்தனர். கிழித்து மலர்த்திப் போடப்பட்டிருந்த மீனை நெருப்பு வைத்து சுட்டுக் கொண்டிருந்தார்கள். மற்றவர்கள் கடலில் குதித்து சரக்கை மீட்கத் தொடங்கினர். நித்திரை அறைக்குள் சென்றார். காவலாளி மட்டும் வெயிலைப் பொருட்படுத்தாமல் நின்றுக்கொண்டிருந்தான். நித்திரை அறையின் நடுவே ஒரு பலகை வைக்கப்பட்டிருந்தது. அதன் நடுவில் உருகிக் கொண்டிருக்கும் மெழுகுவர்த்தி எரிந்துக் கொண்டிருந்தது. அங்கிருந்த நாற்காலியில்முன் அமர்ந்தார். மெழுகுவர்த்தியில் இருந்து அவர் பக்கமாக ஒரு பரிசுத்த வேதாகமம் திறந்திருந்தது. எதிர்பக்கம் தலை வெட்டப்பட்ட நிலையில் ஆமணக்குச் செடியை அரித்த பூச்சி. தலையில் கண்கள் திறந்திருந்தது. ஒரு சொட்டு கண்ணீர் பரிசுத்த வேதாகமப் பக்க எண்ணின் மீது விழுந்தது. ஒரு கணம் பார்த்தபின், மூடி வைத்தார். தலையைக் கவிழ்த்து அமர்ந்திருந்தார். மேகம் எங்கே போனது என சூரியன் தவித்துக்கொண்டிருந்தது.

நீலம், மார்ச் 2023

நிலத்தடியில் நகரும் பிரேதங்கள்

1

இருளின் மேல் விழுந்த நீர்த்துளிகள் என்னையும் தொட்டுத்தடவிச் சென்றது. அப்போது பின்கழுத்து நரம்புகள் அதிர்ந்து துடித்தது. கண்கள் சீரற்று பரவலாக,துண்டுத்துண்டாகக் காட்சிகளைக்கண்டது. சிந்தனைகளின் வழியான அகக்காட்சிகள் குறுக்கும் நெடுக்குமாய் மண்டைக்குள் படகு ஒன்று நீரில் மிதப்பதுபோல் அசைத்துக் கொண்டிருந்தது. குத்திருட்டில் மலை முகட்டில் புகைவது போல் பைத்தியம் என்னை நெருங்கிக் கொண்டிருப்பதாய் உணர்ந்தேன். அது மலை அல்ல, ஒரு சிறிய பாறையாக இருக்கலாம். அர்த்த ராத்திரியில் மழையில் நனையாத நெருப்பு தலைவிரித்து ஆடிக்கொண்டிருந்தது. சகதியாக காணப்பட்டதால் மிதவேகம். பாறைக்கு அருகில் அலுக்காமல் வாழ்ந்துவரும் அரச மரத்தின் பின்னால் கண்டிப்பாக யாரோ ஒளிந்திருக்க வேண்டும். நெருப்பு இன்னும் பிரகாசமாக எரிந்துகொண்டிருந்தது.

யக்ஷியோ, வாதையோ எனக்காக காத்துக்கொண்டிருக்கலாம். வாதை என்றால் தோதான இடமில்லை. யக்ஷியை காண்பது நனவான கனவு போல். சுற்றியெங்கும் மரங்களின் வாசனை. காற்றில் முறிந்த கிளைகளினால் ஏற்பட்டிருக்கக் கூடும். என் கால்கள் நின்றது. குனிந்து தொட்டுப் பார்த்தபோது என் தலைமயிரில் இருந்து முதல்துளி பாறையில் விழுந்தது. வெப்பம் அருகில் இருந்தபோது, குளிரை நானாக இழந்துவிட்டதாகப் பதறினேன். நீரில் அதுதரும் குளிர்ச்சியில் திளைக்க அடர் புதர்களைப் பொருட்படுத்தவில்லை. கால்கள் வேகம் படிப்படியாகக் குறைந்து கடைசியாக நின்றது. மஞ்சள் அல்லி மலர்கள் தடாகத்தில் என்னைப் பார்த்துக்கொண்டிருந்தது. குளத்தில் மஞ்சள் நிறம் தோன்றியதற்கான காரணம் மறுகரையை நோக்கியபோது தெரிந்தது. ஒளிச்சேர்க்கையை சேலை நிதானமாக நிகழ்த்திக்கொண்டிருந்தது. அதற்குள் நிர்வாணமான பெண்.

நீரினால் குளிரேறிய நுரையீரல் சீரான சுவாசத்திற்கு ஒத்துழைக்கவில்லை. நீருக்கடியில் தொடை நரம்புகள் துடித்துக்கொண்டிருந்தது. கரை ஏறியபின் இன்னும் அதிகமாக. ஒரு யட்சி நனைந்திருந்த கேசத்துடன் திரும்பி நின்றுக்கொண்டிருந்தாள். நின்று பழுத்த நெட்டடி வருக்கை பலாப்பழத்தின் வாசனை அவள் தேகத்தில் வருவதாய் உணர்ந்தேன். விம்மல் சத்தம். மேலே ஒரு குரங்கு கிளைகளில் தாவியது. அவளது துக்கத்தில் நிறைவு இருப்பதாய் பட்டது. உள்ளுக்குள் அதுவே மன உறுதியையும், மகிழ்ச்சியையும் அரும்பிக் கொண்டிருக்கக்கூடும். துண்டுதுண்டாக வெட்டிக்கொண்டிருந்த காட்சிகள் ஒருநிலை பெற்று சீராக விரிந்தன. குளக்கரையில் அரச மரம் காய்ந்திருக்கும் தரையை உருவாக்கும் அளவிற்கு விரிந்திருந்தது. அவள் காலடி சத்தம் கேட்டது. என் புருவத்தை உயர்த்தி பார்த்தபோது முன்னோக்கி நகர்ந்துகொண்டிருந்தாள். நடந்து செல்கையில் பட்சிகள் திகிலூட்டின. மழை முழுவதுமாய் நின்றிருந்தது. அது பயத்தை மேலும் அதிகரித்தது. அடுத்த மழைக்காக மேகம் தயாராகிக்கொண்டிருக்கும்போது, காட்சியில் விரிந்த வண்ணம் திகிலூட்டியது. அவள் நின்ற இடத்தில் காணப்பட்ட புதைமேட்டின் அருகில், முழங்காலில் நின்று தலைகுனிந்து கண்ணீர் விட்டாள்.

மூடியிருந்த கருமேகம் விலகி அடர்காட்டினுள் வெளிச்சம் பரவியது. என் காதில் கடகடவென இரும்புத் துண்டுகள் உருண்டு செல்வது போன்று சத்தம். அடர் காடுதான் எனினும் சில பட்சிகளை தவிர எந்த வேட்டை மிருகங்களும் அங்கில்லை. சுற்றியெங்கும் மரங்களுக்கிடையில் மிருகங்களின் கூர்மையான பார்வை.

காய்ந்த நிலப்பகுதிக்கு வந்து கைகூப்பி அரச மரத்தை சுற்ற துவங்கினாள். கண்ணை மூடி சுற்றிக்கொண்டே நடந்தாள். நாற்புறமும் ஒருகணம் பார்த்தேன். என்னைச் சுற்றி குளம் வேகமாக நகருவது போல் உணர்ந்தேன். ஒருகணம் உறைந்து நின்றவள் தன் கையால் வயிற்றை தொட்டுத் தடவினாள். ஏதோ உணர்ந்தவன் போல் அவள்முன் போய் நின்றேன். உலர்ந்த மண் எங்களுக்கு வசதியாக இருந்தது.

உடலில் ஒட்டியிருந்த மண்துகள்களை அகற்றிவிட்டு அரச மரத்திடம் நெடுஞ்சாண்கிடையாய் விழுந்து வணங்கினாள். வயிற்றை கண்ணீர் மல்க பார்த்தாள். தன் காதை வயிற்றில் வைக்க முயன்று பலனில்லை. இதைவிட உன்னத தருணம் இனி வாழ்வில் வரப்போவதில்லை என உணர்ந்தவளாய் நின்றிருந்தாள். அந்த நிமிடம் பேரழகியினால் என் வாழ்வு ஒளிர்விடப் போகிறது. அவளின் மகிழ்விற்கு நானல்லவா காரணம்! வேகமாகக் குளக்கரையை நோக்கி செல்ல, நானும் பின்சென்றேன். மரத்திலிருந்து பாய்ந்த கொம்பேறி மூக்கனைத் தூக்கி கடாசிவிட்டு கரையை அடைந்தாள். அவள் என்னை நேரிட்டபோது எதிர்காலத்தில் எரிந்துக்கொண்டிருந்த விளக்கு அவளின் எச்சிலால் ஒரு நொடியில் அணைந்துவிட்டது. ஒருவர் வேகவேகமாக சூளையில் சரியாக வேகாத சுடுகற்களை சகதியைக் கொண்டு என்னைச் சுற்றி வேகமாக அடுக்குவது போல் இருந்தது. இந்த உலகம் என்னை மறைப்பதற்குள், நிராகரிப்பின் வெம்மை அடங்குவதற்குள் வேகவேகமாக அரச மரத்தில் ஏறி மின்னல் வெளிச்சத்திற்கு காத்திருந்து வேட்டியை உருவி முடிச்சை போட்டேன்.

2

அந்த ரயில் பிளாட்பார்மில் மக்கள் குழுமி இருந்தனர். அங்கிருந்த அதிகமான ஒலிகள் வடமாநில மொழிகள். அதைவிட அதிகமாக இருமல் சத்தம். நகரின் மையத்தில் இருந்த குளத்தின் மறுகரையில் ஆங்கிலேயர்களால் கட்டப்பட்ட மருத்துவமனை நாடெங்கும் புகழ்பெறத் தொடங்கியிருந்தது. உள்ளூர் நோயாளிகள் மட்டுமல்லாமல் பிற நகரங்களில் இருந்தும் அதிகமான காச நோயாளிகளும், குஷ்ட ரோகிகளும் தினம் வந்திறங்கினர். நிலத்தடியில் போவது குறைந்து அநேகம் பேர் ஊர் திரும்புவது அதிகரித்திருந்தது.

ரயில் பெட்டியில் இரும்புச் சக்கரம் உள்ள மூன்று ராட்சஸ கூண்டுகளை வடம் கட்டி இழுத்து இறக்கிக்கொண்டிருந்தனர். முதல் கூண்டில் பூனை வடிவ தலையுள்ள பன்றி காணப்பட்டது. மக்கள் குழுமி நின்று வேடிக்கை பார்த்தனர். அதற்கு ஒரு காது

மட்டுமே இருந்தது. வேடிக்கை பார்த்த சிறுமி தான் கண்டு வியந்த ஒரு காதுள்ள மிருகத்தைக் குறித்து அம்மாவிடம் ஆச்சரியப்பட்டுக்கொண்டிருந்தாள். அவள் அதை ஓர் ஆச்சரியம் என்று நம்புவதற்கான எந்த சாத்தியக்கூறும் இல்லை என்பது போல் சகித்துக் கொண்டிருந்தாள். பன்றியின் புழையில் இருந்து பச்சைக்கிளி ஒன்று வெளியேறியது. அதை யாரும் கவனிக்காமல் இரண்டாவது கூண்டில் வரும் மிருகத்தை எதிர்நோக்கி இருந்தனர். இரண்டாவது கூண்டை தள்ளிக்கொண்டு வருபவன் முகத்தில் பெருமிதமும், வயிறு வீங்கியும் இருந்தது. அந்தக் கூண்டில் ஒரு சங்கிலி மட்டும் இருந்தது. அந்தக் கூண்டின் கம்பிகளுக்கிடையில் ரத்தக்கறைகள் இருந்தது பார்ப்பவருக்கு அச்சத்தை ஏற்படுத்தியது. மூன்றாவது கூண்டை பெரிய பயில்வான்கள் நான்கைந்து பேர் தள்ளிக்கொண்டு வந்தனர். கொடிய மிருகமாக இருக்கும் என ஆவலுடன் நின்றவர்கள் வாயடைத்துப் போயினர். உள்ளே எந்த மிருகமும் இல்லை. பேரிடி முழக்கம் போன்ற சத்தம் வந்துக்கொண்டிருந்தது. இந்த மிருகம் மனிதர்கள் தன்னை பார்ப்பதை விரும்புவதில்லை என்பதால் அவர்கள் கண்ணிற்கு தெரியக்கூடாது என வரம் வாங்கி வந்ததாக ஒரு தொன்மக் கதை இருப்பதாக அங்கிருந்தவர்கள் கூறினர். மூன்று கூண்டுகளும் அருகிருந்த மிருகக்காட்சி சாலையை நோக்கி சென்றது.

மூன்றாவது பெட்டியில் இருந்து எல்மர் பிரபு இறங்கினார். இந்த அதிசய விலங்குகளை மிருகக்காட்சி சாலைக்கு தருவதாக அளித்த வாக்குறுதியை நிறைவேற்றிய கர்வம் அவர் முகத்தில் தெரிந்தது. அவர் இந்தியாவில் இருப்பதற்கான நோக்கம் பிற துரைமார்கள் போல் அல்ல. இந்தியாவின் கலைகளோடு வாழ்தல் விருப்பம் என வெளியே சொன்னாலும் ஆசிய நாடுகளில் உள்ள கறுப்பினப் பெண்கள் மீதிருந்த பிரியமும் ஒரு காரணம். இதெல்லாம் காரணங்கள். ஆனால் உண்மை வேறு. பிரித்தானியாவில் போருக்கான ஆயுதங்கள் தயாரிக்கும் உப பொருட்கள் தயார் செய்யும் ஆலையை நடத்தி வந்தார். நாளைடைவில் அதற்கு நாடெங்கும் கிளைகள் தொடங்கி பல்லாயிரக்கணக்கானோருக்கு வேலை தரும் எஜமானர்.

ஒருநாள் நிலவறையில் குவித்து அடுக்கப்பட்டிருந்த பணத்திற்கு நடுவே தூங்கிக்கொண்டிருந்தவர் யாரும் எதிர்பாராதவிதமாய் முழங்காலிட்டு இரு கைகளையும் மேல்நோக்கி உயர்த்தி தன்போக்கில் சிரிக்கத் துவங்கினார். உறக்கம் வந்தும் உறங்க முடியாமல் தவித்துக் கொண்டிருந்த காவலாளிக்கு நடப்பது வெகு சீக்கிரமே புரியத் துவங்கியது. அதிகாலையில் குண்டடிப்பட்டு இறந்துக் கிடந்த காவலாளியை நிலவறையிலிருந்து வெளியேற்றினர். ரத்தக்கறையும் துடைக்கப்பட்டது.

கொள்ளையர்கள் நள்ளிரவில் நிலவறையை நெருங்கியபோது ஏற்பட்ட சண்டையில் காவலாளி செத்ததாக கதை சொன்னார் எல்மர். காரணம், சூரிய அஸ்தமனத்திற்கு பின் இயல்புநிலை திரும்பியது. மனம் பிறழ்வாகி விட்டது என்பது உறுதியானது. விடியலுக்கு பின் தெளிந்து காணப்படுகிறேனா என ராணியுடன் கூடுகையில் அதிக நேரம் கண்ணாடி முன்னே நின்றிருந்தார். நகரும் ஒவ்வொரு நொடியும் நெஞ்சில் இடி இடித்தது.

முழங்காலில் நின்று தான் சிரிக்கும் காட்சி திரும்பத் திரும்ப வந்தது. அதற்கு முந்தைய நிகழ்வுதான் முக்கியம். விளைவுதான் பிறழ்வு என உணர்ந்து முந்தையதை உணர தலையை முட்டி மோதினார். வெயில் தனக்கு கொஞ்சம்கொஞ்சமாக வெம்மையைத் தருவித்து இழந்துக் கொண்டிருப்பதாக உணர்ந்தார். அருகே தொழிற்சாலையில் உபரி பாகங்கள் வாகனத்தில் ஏற்றிக்கொண்டிருக்கையில் பிறழ்விற்கு முந்தைய கனவு விரிந்தது.

முற்றிலும் சிதைக்கப்பட்ட போர் களத்தில் பீரங்கியில் குண்டை வீசிவிட்டு செல்கிறது. பிரேதங்களை ஆளுயர குவித்துப்போட்டு எரியூட்டிக் கொண்டிருக்கிறார்கள். சற்று தொலைவில் சாம்பலாக்கப்பட்ட ஒரு குவியலில் புகை மெல்ல படர்ந்துக்கொண்டிருந்தது. எரியூட்டப்பட்டு சிலமணி நேரங்கள் ஆயிருக்கலாம். இதரக் குவியல்கள் சூடு தணிந்து சாம்பலாக மாறிவிட்டிருந்தது. விவசாயத்திற்கு தேவையான சாம்பல் உரத்திற்கான தேவை அதிகமாகியிருந்தது. அதனால் அதற்கான சந்தை விலை சொல்லிக்கொள்ளும்படியாக இருந்தது. உடனே பெரிய கூடையை எடுத்து சாம்பலை அள்ளத் தொடங்கினார்.

முற்றிலும் எரிந்து சாம்பலான ஒரு சிறுவனின் உடலில் முகம் மட்டும் எரியாமல் காணப்பட்டது. அந்த முகத்தின் நெற்றியில் ஆயுதங்கள் தயாரிக்கும் தங்கள் நிறுவனத்தின் எம்பளம் ஒட்டப்பட்டிருந்தது. அங்கேயே முழங்காலிட்டு சிரிக்க தொடங்கிய துரையின் சிரிப்பு நிலவறையில் அடங்கியது.

அன்றைக்கு நிலவறையில் காவலாளி யாரும் வேண்டாம் என்று சொல்லிவிட்டார். தூங்காமல் விழித்துக்கொண்டு இருந்தவரின் கால்சட்டை ஈரமானது. கருப்புநிற திரவம் தன்மீது இடுப்பிற்குகீழ் வடிந்து காலில் ஒழுகுவதை உணர முடிந்தது. கால்சட்டையை அகற்றிவிட்டு பார்த்தபோது தன்னுடைய ஆண்குறியில் கருப்புநிற ரத்தம் பீறிட்டு வெளியேறிக்கொண்டிருந்தது. இவ்வளவு ரத்தத்தை அங்கிருந்த பணத்தாள்களால் துடைத்து கசக்கி எறிந்தார். காலைவரை அடங்கவில்லை. மறுநாள் அனைத்தும் தெளிந்தது.

இரவுநேர பைத்தியமாக சில தினங்கள் கழிந்த பிறகு, இந்தியா போய் திரும்பிய உறவினர் மூலம் மலபார் என்றொரு தேசம் இருப்பதாகவும், அங்கே இருக்கும் நம்பூதிரிகள் உலகின் இதுவரை உருவான அனைத்துவிதமான மனநோய்களையும் குணப்படுத்துகிற வைத்தியத் திறனைக் கேள்விப்பட்டு தன் தொழிலை விட்டு அப்படியாகத்தான் இந்தியா வந்தார்.

மலபாரில் தங்கி சிலமாத சிகிச்சைக்குப்பின் நோய் தெளிந்தது. அதன்பின் இந்தியாவில் நிலப்பிரபுக்களுக்காக மேற்கத்திய கழிவறை கிண்ணம் செய்யும் ஒரு நிறுவனத்தை மதராசில் தொடங்கினார். சில வருடங்கள் ஓடியது. விற்பனை பெருகியதுடன் இந்தியர்களின் மனநிலைக்கு இயைந்து வாழக்கூடிய மனநிலை வாய்க்கப்பெற்றது. மதராஸில் டிராம் வண்டிகள் ஓடத்தொடங்கி சில வருடங்கள் ஆயிருந்தன. டிங்டின் என மணி அடித்துக்கொண்டு போகும் வண்டியை மக்கள் வியந்துபோய் வேடிக்கை பார்க்க கூட்டம் கூடினார்கள். அதில் மூன்று வண்டியை எல்மர் சொந்தமாக வைத்திருந்தார். அதை இயக்குவதற்கு பணிகேட்டு தினமும் பலதரப்பட்ட மக்கள் வந்தாலும் நாமக்குறியோடு வருபவர்கள் வெல்வது வாடிக்கை.

துரைக்கு பின்னால் அரண்மனை உதவியாளர் பனை ஓலையால் பின்னப்பட்ட கனமான பெட்டியை சுமந்து வந்தார். பெட்டியின் ஓரங்களில் ஆங்காங்கே வைக்கோல் தென்பட்டது. உதவியாளனை முன்னே செல்லவிட்டு நிலப்பிரபுவும் மனைவியும் சென்றனர். குதிரை ரிக்ஷாக்கள் கூட பின்வாங்கியே வந்தன. ரயில் நிலையத்திற்கு அருகேதான் அரண்மனை என்றாலும் கார் வந்திருந்தது. உதவியாளன் பெட்டியை சுமந்துக்கொண்டு நடுரோட்டில் சற்று வேகமாக ஓட, பின்னாலிருந்து கார் மெதுவாக நகர்ந்து வந்தது. வலப்பக்கம் நூற்றுக்கணக்கான தொழிலாளர்கள் இருபாலரும் கூடையில் மண்ணை சுமந்துக்கொண்டு வரிசையாக சென்றுகொண்டிருந்தனர். முக்கால்வாசி குளம் மூடப்பட்டிருந்தது. மருத்துவமனைக்கு வெளியில் காசநோயாளிகள் இருமிக்கொண்டே வெயிலில் அமர்ந்திருந்தனர்.

*

ரயில் நிலைய சுவர் வெற்றிலை கறைகள் படிந்து சற்று பழைய சுவர் ஆனது. எல்மருக்கும் முகத்தில் லேசாக மடிப்பு விழத்தொடங்கியது. அதிகாலையில் யாரோ கீழே விழுந்த சத்தம். கழிவறையில் இருந்து வெளிச்சம் வந்தது. மாளிகை பணிப்பெண் ஓடோடி நுழைந்தாள். துரை சுவரில் சாய்ந்து கீழே அமர்ந்திருந்தார். அருகே கழிவறை கிண்ணம் இல்லை. பெயர்த்து எடுத்ததற்கான தடம் கூட இல்லை. அது சாதாரண கிண்ணம் கிடையாது. அவர் மட்டும் உபயோகிப்பதற்காக அரண்மனை பொற்கொல்லனால் நாற்பது கிலோ தங்கத்தை இறுக உருக்கி பிரத்யேகமாக உருவாக்கப்பட்டது. தன் நிறுவனத்தின் பீங்கான் கிண்ணங்கள் பல அறைகளில் இருப்பினும் உலோகத்திலான கிண்ணம்தான் உபயோகிப்பது. எல்மருக்கு கழிவறை கிண்ணம் உபயோகிப்பது சார்ந்து பிடிவாதம் உண்டு. அனைவரும் உபயோகிப்பதை தான் தயாரிக்கும்போது அதையே தானும் உபயோகித்தால் உருவாக்குபவனுக்கு என்ன மதிப்பு?

சிகிச்சைக்காக ஊளம்பாறையில் தங்கியிருந்தபோது துரைக்காக விசேஷமான வைத்தியமுறைகள் குறுமட்டி வைத்தியரால் வழங்கப்பட்டது. பொது நோயாளிகள் இருக்கும்

இடம் அல்லாமல் பிராந்து பிடித்து அலைந்த நம்பூதிரிகளுக்காக சந்தன மரம் கொண்டு வடிவமைத்திருந்த அறை துரைக்கு ஒதுக்கப்பட்டிருந்தது. நார்குச்சிகளை நாட்டி துணியினால் நீராவியை எங்கும் செல்லவிடாமல் கபாலத்தில் செல்வதற்கு இணங்க தேர்ந்த தொழில்நுட்பத்தை முறையாக செய்தனர். மலை உச்சியிலும், காட்டில் வாழும் முனிவரிடம் இருந்து ஜடாமாஞ்சி, சீமக்கொட்டம், வாலுளுவை, பிரம்மீ, சங்கு போன்ற மூலிகைகளை கொண்டுவந்து துரைக்கு சிகிச்சை நடந்தது. தலையில்தான் வைத்தியம் என்பதனால் சிகிச்சைக்கு முன்னரே அம்பட்டையரை அழைத்து சிரைத்திருந்தனர்.

உடலில் எண்ணெய் பதம் அற்று த்ரிதோஷங்கள் சமநிலையற்று இருந்ததை கண்ணின் உட்சுவரை பார்த்து குறுமட்டி ஊகித்திருந்தார். சமதத்துவை முடித்து முதலில் 21 நாள்கள் அபியங்கம். மூலிகை எண்ணெய், சிநேக வஸ்திக்கான எண்ணெயை குறுமட்டியின் மகள் பெம்பி பக்குவத்தோடு தயாரித்தாள். கடைசியில் எண்ணெய் ஸ்னேகனம்.

பூர்வகர்மா நிறைவு பெறுகையில் இரவின் ரோகம் குறையத் தொடங்கியிருந்தது. குறைந்தாலும் மனம் விழித்திருந்தது. காரணம் பேரழகி பெம்பியின் உடல் வாசனை ரோமத்தில் படிந்து தங்கியிருந்த எண்ணெயில் பீடித்திருந்தது. பெம்பியை தனக்கு சொந்தமாக்கிக்கொள்ள தரவில்லையென்றால் உடலில் இருக்கும் எண்ணெய் பசையை அகற்றிவிடுமாறு குறுமட்டியிடம் கூறியபோது, அது வைத்திய விதிகளுக்கு புறம்பானது என பெம்பியைத் தர மறுத்தார். விதிகளை மனிதர்கள்தானே உருவாக்கினர். அதை துரைக்காக மாற்றுவதில் ஒன்றும் தவறில்லை என ஊர் மக்களுக்கு தெரியாதவண்ணம் உறக்கமின்றி வைத்தியர் வாயிற்காவலன் ஆனார். மகளை சம்மதிக்க செய்வதற்கு குறுமட்டியின் எடைக்கு நிகரான தங்கம் தருவதாக வாக்குறுதி அளித்திருந்தார். ஒரு டஜன் நாட்கள் எனத் தீர்மானம்.

பதிமூன்றாவது நாள் நிலக்கிழார் அந்தஸ்து கிடைத்துவிடும் என்ற நம்பிக்கையோடு கிலோ கணக்கில் எள் மூடைகளையும், எடை இயந்திரத்தையும் வாங்கிவந்து, எள்ளை பசும் நெய்யில் குழைத்து,

அஜமாம்சத்தையும் அருந்தினார். நாட்கள் நெருங்கநெருங்க மரித்த மருமகன் சுண்டெலியின் நினைவு பாடாய்படுத்தியது. ஐந்தாவது நாள் தொடங்கியபோது வயிறு இளகத் தொடங்கியது. இளக, இளக இருந்த எடையும் இழந்தது.

ஏழாவது நாளே சலித்துப்போய் எல்மர் மலபாரில் இருந்து வெளியேறினார். பன்னிரண்டு நாட்கள் சலிக்காமல் இருக்கும்படியாக உன் மகள் இல்லை. அதற்காக உனக்களித்த வாக்குறுதியை நிறைவேற்ற வாய்ப்பில்லை எனக்கூறினார். படுத்த படுக்கையில் நொடிந்து கிடந்த குறுமட்டியின் வாயில் 'பவுனு பவுனு' என்ற முனகல் ஒலி மட்டும் வந்துக்கொண்டிருந்தது. எரிச்சலுற்ற பெம்பி கோழித்தீட்டத்தில் தெங்கம் மாத்திரையை கரைத்து வாயில் ஊற்றினாள். அதன்பிறகு கடல் வாணிபத்திற்கு சென்றிருந்த சுண்டெலியின் அண்ணன் பெருச்சாளியிடம் காலம் தள்ளியதாக ஊராளிகள் பேசினார்கள்.

சிறிது நேரத்தில் அதிகார வர்க்கங்கள் அனைவரும் மாளிகையில் ஒன்றுகூடினர். காதருகே சென்று பேசிய சமாதானம் எதுவும் எடுபடவில்லை. குடும்ப பொற்கொல்லர் இறந்ததால், பிற ஊர்களில் இருந்து கலசங்கள், சிலைகள் செய்யும் பொற்கொல்லர்களை வலுக்கட்டாயமாக இழுத்து வந்தனர்.

எல்மரின் முகம் லேசாக வீங்கத் தொடங்கியிருந்தது. மாளிகையில் இருந்த அனைத்து ஆபரணங்கள், தங்கக்கட்டிகள் அனைத்தையும் நடு முற்றத்தில் குவித்தனர். இருப்பில் உள்ளது போதாது என பல சமஸ்தானங்களில் இருந்தும் ஆள் அனுப்பி தங்கத்தைக் கொண்டு வருவதற்கான ஏற்பாடுகள் மும்முரமாக நடந்தது. ராப்பகலாக வேலை நடந்தாலும் மூன்று நாட்களுக்கு குறையாமல் ஆகிவிடும் என்று கூறியிருந்தனர். அச்சில் வார்த்து தங்கக்கூழை உருக்கி ஊற்றத் தொடங்கினர். ஊர்க்காரர்கள் எழவு வீட்டிற்கு வந்து நிற்பதைப் போல் முகம் முழுவதும் சோகத்தை சுமந்து, இருப்பில் இருந்த தன் சோகத்தை களைந்து சென்றனர்.

மூன்றாம்நாள் வயிறு பொருமத்தொடங்கியது. இதற்குமேல் ஆபத்து என மருத்துவர்கள் எச்சரிக்கத் தொடங்கினர். உறங்காமல் கண்விழித்து உண்ணாமல், நீர் அருந்தாமல் உடல்நிலை பாழ்பட்டது.

இது நடக்காமல் மரணம் நடந்தாலும் அதை ஏற்றுக்கொள்ளப் போவதாய் கூறிவிட்டார். நான்காவது நாள் உலர வைத்து இறுதிக்கட்ட சீரமைப்பின்றி தயாரானது. அவசரம் கருதி இதோடு முடித்துக்கொள்ளலாம் என்று கூறியும், முழுமை அடைந்தால் மட்டுமே உபயோகப்படுத்துவதாய் ஒரே பிடிவாதம். வேறு வழியில்லை. கூடுதலாக மீண்டும் ஒருநாள் ஆனது.

ஒருவழியாக கிண்ணத்தைக் கழிவறையில் பொருத்திவிட்டு வெளியே வந்தார்கள். அனைவரும் மாளிகையில் மௌனமாக நின்றுக்கொண்டிருக்க துரை மெல்ல எழுந்து நடந்து உள்ளே நுழைந்தார். பெரும் நிசப்தம். அடுத்ததாக உள்ளிருந்து பேரிடி போன்ற ஒலி. அனைவரும் கழிவறையை நோக்கி ஓட, தட்டார்கள் அங்கிருந்து மெல்ல நழுவினார்கள். கதவை உடைத்தாக வேண்டிய சூழ்நிலை. பாறாங்கல்லைக்கொண்டு உடைத்து உள்ளே நுழைந்தபோது தங்கக்கிண்ணம் உடைந்து சிதறி எல்மர் பேச்சு மூச்சின்றி சரிந்துக் கிடந்தார்.

நடுவீட்டில் படுக்க வைத்திருந்தனர். அங்கு குழுமியிருந்த அனைவரும் சோகத்துடன் நின்றுக்கொண்டிருந்தனர். சற்று நேரத்தில் சொல்லி அனுப்பப்பட்ட மருத்துவர்கள் வந்து பரிசோதித்தனர். உயிர் இல்லையென உறுதி செய்யப்பட்டது. உறைந்துப்போய் நின்ற மனிதர்கள் திடீரெனக் கும்பலாக கழிவறையை நோக்கி ஓடினர். சிதறிக் கிடந்த தங்கத் துகள்களை அள்ளி இடுப்பிலும், சேலையிலும் முடித்து அங்கிருந்து தெறித்து ஓடினர். சிலர் கீழே விழுந்து, பலரின் கால்மிதியைக் கழுத்தில் வாங்கியதில் எலும்புகள் நொறுங்கியது. ஆயினும் நாவினால் துகள்களை நக்கி தங்கள் வசப்படுத்தினர். கிடைத்த துகள்களோடு இன்னும் கொஞ்சம் எடுத்திருக்கலாம் என மனதில் பொருமிக்கொண்டு அங்கிருந்து அகன்றனர். யாரும் இல்லாது தனித்து விடப்பட்ட அழுகிய உடலால் மாளிகை அசுத்தமானது. கழிவறை தூய்மையானது.

3

இந்தமுறை தாமதிக்காமல் மருந்து கண்டுபிடித்துவிட வேண்டும் என உறுதியாக இருந்தோம். கால தாமதத்தினால் கடந்த முப்பது

வருடங்களுக்குமுன் உலகம் முழுவதும் பரவிய வைரஸ் பல உயிர்களைக் காவு வாங்கியது. அப்போது நான் இணையவழி வகுப்பில் படித்துக்கொண்டிருந்த சிறுவன். அதற்குபின்பு நண்பர்களோடு விளையாடவில்லை. இந்த நகரத்தின் அதற்குமுன்பு இருந்த இரைச்சல் குறைந்தது எனக்கு பெரும் அச்சத்தை உருவாக்கியது. அனைவரும் மௌனத்தோடு கடந்து சென்றார்கள். அதீத தனிமையில் உழன்றுக்கொண்டிருந்த ஒருநாள் அந்த லட்சியத்தை எனக்குள் ஏற்றேன். ஒரு மருத்துவ ஆராய்ச்சியாளன் ஆவதன் மூலம் இந்த உலகில் தோன்றும் அனைத்து வைரஸ்களுக்கும் எதிராக என்னை நிலைநிறுத்திக்கொள்ள முடியும்.

பதினைந்து வருடங்களில் என் கனவை நானே நிறைவேற்றிக் கொண்டேன். மீண்டும் ஒருமுறை எனக்கு நானே முன்சென்று சட்டெனத் திரும்பி எனதிருப்பை உறுதி செய்துகொண்டேன். சிறுசிறு ஆய்வுகள் என்னை வழிநடத்திச் சென்றாலும், லட்சியமான கொடிய வைரஸை எதிர்கொள்ளும் வாய்ப்பு கடந்த பதினெட்டு ஆண்டுகளாகக் கிட்டவில்லை. மீண்டும் அதேபோன்ற ஒரு வைரஸ் தற்போது உருவாகியுள்ளது. இந்த உலகம் பதறிக்கொண்டிருந்தாலும், எனக்கான இலட்சியத்தை அடையக்கூடிய வாயிலில் நுழைந்தது உள்ளூரக் களிப்பைத் தந்தது.

அரசு தலைமையிலான ஆய்வுக்குழுவில் நானும் இணைத்திருந்தேன். முந்தைய வைரஸ் காலகட்டத்தில் இது நோயாளிகள் வார்டுகளாக இருந்தது. அல்லும்பகலும் தடுப்பு மருந்தை உருவாக்குவதற்காகப் போராடினோம். பிறர் களைப்படைந்தாலும், நள்ளிரவில் கூட ஒரு பிசாசைப் போல் ஆய்வகத்தில் வைரஸை எதிர்த்து நின்றிருக்கிறேன். முதற்கட்டமாக ஆய்வு முடிந்து இரண்டுவிதமான மருந்துகளைத் தயாரித்திருந்தோம். சோதனைக் குரங்கை நகரத்திற்கு வெளியே மாற்றப்பட்டிருந்த மிருகக்காட்சி சாலையில் இருந்து அழைத்து வந்திருந்தார்கள். முதலில் அதற்கு வைரஸை செலுத்திவிட்டு நாங்கள் உருவாக்கியிருந்த மருந்தை அளித்தோம். நாங்கள் அதனைக் கண்காணித்துக்கொண்டே இருந்தோம். எங்களின் மருந்து அதிக பக்க விளைவுகளை உருவாக்கியது. சாவை நெருங்கித்

துடித்துக்கொண்டிருந்த குரங்கின் கண்களைப் பார்த்தேன். அதன் கண்களில் கருணை இருந்தது.

அது குழுவிற்கான தோல்வியாக நிர்வாகம் கருதாமல், என் தலையில் முழுவதுமாகச் சுமத்தி அக்குழுவில் இருந்து வெளியேற்றப்பட்டது நிலைகுலைய செய்தது. எவ்வளவு வாதாடியும் குழு அரசியல் எனக்கெதிராகச் செயல்பட்டது.

ஒருசில தினங்களிலேயே நான் பணிப்புரிந்த நிறுவனத்தில் மருந்து கண்டுபிடிக்கப்பட்டதாக அறிவிக்கப்பட்டது. இதனால் உலகின் கவனம் இங்கே குவிந்தது. அது எங்கள் அணியினால் உருவாக்கப்பட்ட தடுப்பு மருந்து என்பதை பின்னரே அறிந்துகொண்டேன். காப்புரிமை வழங்கப்பட்டது. மருந்தை உருவாக்கியதில் எனது பங்களிப்பை மறக்க போராடினேன். இரண்டாவது மருந்தை முதலில் பரிசோதிக்கலாம் என நான் கூறியபோது, வேண்டாம் என மறுத்ததற்கான காரணம் இன்னும் விளங்கவில்லை. இது என் பலவருட கனவு. வாழ்வில் நிறைவின்மையாக இருந்த எனக்கு இந்த வைரஸ் இயற்கையளித்த அருட்கொடை.

சற்றுமுன்பு எங்கள் ஆய்வு நிறுவனத்திற்கு சென்றுவந்தேன். வெயில் வாட்டிக் கொண்டிருந்தது. கண்ணில் பச்சை நிறத்தைக் காண்பது அரிதாகிவிட்டது. இப்போதெல்லாம் யாரும் யாரையும் அடையாளம் காண்பதே இல்லை. மூலிகை தேநீர் குடித்துவிட்டு கிளம்பினேன். உறக்கமும் நானும் தனித்திருந்தோம். கண்களை மூடினால் ஒரு குளமும், அதன் கரையில் நின்றிருந்த அரச மரமும், அதில் மட்டுமே தெரியும் ஒளியும், டிங்டின் சத்தமும் காதில் ஒலித்துக்கொண்டே இருக்கிறது. அலுவலக அறையில் நுழையும்போது அங்கிருக்கும் கதவில் பலாப்பழத்தின் வாசனை மூக்கில் இருப்பு கொண்டுவிட்டது. வீடு கலைந்திருந்தது. அறையெங்கும் வலையானின் கூடு. விவாகரத்தான என் முன்னாள் மனைவிக்கு அழைக்கலாமா என செல்போனை எடுத்து, அவள் எண்ணைப் பார்த்துவிட்டு அணைத்துவிட்டேன். வீட்டை தூய்மையாக்கி, சிதறிக்கிடந்த நூல்களை அடுக்கி வைத்தேன். மடிப்பு விலகியிருந்த போர்வையைச் சீராக்கி, கசங்கியிருந்த துணிகளை

இஸ்திரி போட்டு அலமாரியில் அடுக்கினேன். மேஜையில் ஊசியையும் விஷ மருந்தையும் எடுத்து வைத்தாயிற்று. குளிக்கப் போகும்முன் இந்தக் கடிதத்தையும் எரித்துவிட வேண்டும். காரணம் அலமாரியில் இருந்த ஆத்மாநாமின் கவிதை நூல் ஒன்று கைகள் முளைத்து என்னைக் கட்டியணைக்க நெருங்கிக் கொண்டிருந்தது.

நீலம், ஆகஸ்ட் 2021

மிகக் குறைந்த ஒளியில் எடுக்கப்பட்ட ஒரு புகைப்படம்

ராப்பாடியின் நெற்பாட்டு எங்கோ தொலைவில் ஒலித்துக்கொண்டிருந்தது. கூடவே அருவியின் சலசலப்பும். சுற்றியெங்கும் நெற்கதிர்கள். அதற்கப்பால் மலை, சலசலக்கும் அருவியின் குரல். நடுவில் ஒற்றை வீடு. ஓவியர் மார்த்தாண்டன் ஜன்னலைத் திறந்து பார்த்தபோது வயல் நடனம் ஆடிக்கொண்டிருந்தது. கருமேகங்கள். ஒரு நட்சத்திரம் இல்லை. தொலைவில் மலைக்கு அப்பால் மின்னல் கீற்று. மூலையில் எரிந்துக்கொண்டிருந்த சிம்னி விளக்குகளின் திரியை சற்று உயர்த்தினார். சுவரில் தூங்கிக்கொண்டிருந்த ஓவியங்கள் விழித்துக்கொண்டன. அலமாரியைத் திறந்து பழைய கேமராவை மீண்டும் ஒருமுறை துடைத்துப் பத்திரப்படுத்திக் கொண்டார். விளக்குகள், பழைய நாணயங்கள் போட்டு வைத்திருந்த கலயம் என கண்களில் சுழன்று சிம்மினியில் வந்து சேர்ந்தது. கண்கள் கூசவில்லை. ஆனாலும் கண்ணீர் துளிகள்.

குடங்களையும், கட்டிலையும் ஓர் ஓரமாக நகர்த்திவிட்டு ஈர்க்கினால் பெருக்கி பாய் போன்று சுருட்டி வைக்கப்பட்டிருந்த கெட்டியான நீண்ட தாளை தரையில் விரித்தார். சட்டைப் பொத்தான்களை அவிழ்த்துவிட்டு பீடியைப் பற்ற வைத்தார். சாயங்களும் தூரிகைகளும் சுற்றியிருந்தது. புகை வரையும் ஓவியத்தை பார்த்துக் கொண்டிருந்தவர் சரிந்து படுத்துக்கொண்டே தூரிகையை எடுத்து வரையத் தொடங்கினார். அது ஒரு பேரழகியின் ஓவியம். கடைசியாக ஆடை வரையலாம் என்று நினைத்தவர், அவசியம் இல்லையென உணர்ந்தார். இருப்பையே மறந்த இச்சை. காகிதம் அவரைக் கடித்துத் தின்னத் தொடங்கியது. உயிரைக் காணவில்லை என்று தேடத் தொடங்கினார். தான் வரைந்த ஓவியத்திடம் தன்னை முழுவதுமாக ஒப்புக்கொடுத்தார்.

பதற்றம் குறைய நேரம் எடுத்தது. ஆடைதான் காரணமா? சரிந்து படுத்து சாராயத்தை வெண்கலக் குவளையில் ஊற்றி அவளருகே வைத்துவிட்டு, உள்ளிழுத்த புகை ஓவியத்தின் வாயிலிருந்து வெளிவந்தது. கட்டியணைத்தார். முத்தமிட்டார். காதணியைத் தட்டி விளையாடி காதோரம் விழுந்த முடியை விலக்கினார். கண்கள் பேசுவது புரிந்தது. துடைத்து வைத்திருந்த கேமராவை மீண்டும் எடுத்துக்கொண்டார். சிம்னி விளக்குகளில் எண்ணெயை ஊற்றி திரியை உயர்த்தி மிக அதிக ஒளியில் ஒரு புகைப்படம் எடுத்துக்கொண்டார். இப்போது அதை ஒரு பட்டுத்துணியால் மூடி பத்திரப்படுத்திக்கொண்டார். எறும்பு ஒன்று கை வழியாக ஏறி தோளில் ஊர்ந்து செல்வது போல் வரையத் தொடங்கும்போது அனிச்சையாக கண்கள் மூடின. திறந்தபோது தலையில் உறைந்திருந்த இரத்தம் கண்களின் வழியாக பசை போல் இறங்கிக்கொண்டிருந்தது.

எல்லாம் கழுத்தில் வரையப்பட்டிருக்கும் இந்த பாசி மாலையால் வந்தது. மந்திரவாதம் செய்யப்பட்ட ஏதோ ஒரு முத்து இந்த மாலையில் உள்ளது, அதனைக் கண்டுபிடிக்க வேண்டும். கழுத்தில் அணிந்திருந்த பாசிமாலையை ஒரே இழு. முத்துக்கள் சிதறின. “உனக்கு வலிக்கவில்லை தானே? பார்.. நெற்றியில் இரத்தம்” ஒவ்வொரு முத்துகளாய் சேமிக்கத் துவங்கினார். ஒரு முத்தை எடுத்துக் குறிபார்த்து அவள்மீது எறிந்தார். முதலில் மெதுவாய். நிதானமாக இருப்பதாக உள்ளுக்குள் பெருமிதம். சலனமில்லை. வேகம் எடுத்தது. முதலில் விழுந்து உருளும் முத்தை இரண்டாவது விழும் முத்து வேகமாகத் தாக்கி நகர்தல் தொலைவை அதிகப்படுத்தியது. ஒரு குன்னி முத்தை எடுத்தார். இருபக்கமும் சிறு துளைகள் போடப்பட்டிருந்தது. அதன் வழியாகத் தெரிந்த வெளிச்சம்வழி அவளின் கருவிழிகள் தெரிந்தது.

நீராகாரத்தில் பசி அடங்கவில்லை. அரிசிப் பானையை திறந்தபோது விரலால் வரைந்தது போல் நான்கைந்து சுழல். அரிசியை நீரில் ஊறவைத்தபோது மெதுவாக நடக்கும் நான்கு கரப்பான்கள் வெளியேறின. ஓ.. இவர்கள் வேலை தானா? பல அரிசியின் ஓரங்கள் கடிக்கப்பட்டிருந்ததால் கரப்பானின் வயிறும்

உப்பியிருந்தது. ஆங்காங்கே இருந்த உமி, முழு நெல்லில் சேதாரம் இல்லை. வெளியேறிய மூன்று கரப்பான்கள் சுவர் ஓரம் இருந்த பொந்துக்குள் புகுந்தது. ஒற்றைக் கரப்பானின் ஊர்தல் எண் எட்டின் வடிவத்திற்குள் திரும்பத் திரும்ப நிகழ்ந்தது. அடங்கவில்லை. சிதறிக் கிடந்த குன்னி முத்துவின் துவாரத்திற்குள் புக முயற்சி செய்தது. அரிசிப் பானையில் இருந்து வராமல் பொந்திற்குள் இருந்து வந்திருந்தால் நடந்திருக்கும். முயற்சியைக் கைவிடவில்லை. நேரம் இருக்கிறது. நடந்தே தீரும்.

அழகியின் அருகே படுத்துக்கொண்டு கூரையின் மேலிருந்து விழுந்த ஒற்றைத் துளியை உணர்ந்தபோது ஒரு பெண்ணின் குரல். இல்லை, தேம்பி அழும் சத்தம். கதவிடுக்கு வழியாக வெளியே பார்த்தபோது, ஓர் இளம் பெண்ணின் உருவமும் ஆணின் உருவமும் தெரிந்தது. முகமெல்லாம் வியர்க்கத் தொடங்கிவிட்டது. நீர் அருந்திவிட்டு அலமாரியில் இருந்த கேமராவை சட்டையைக் கொண்டு துடைத்து மீண்டும் உள்ளே வைத்தார். தீக்குச்சியை உரசினார். பீடி பற்றிக்கொண்டது. பேரழகி ஆடையணிந்து கொண்டாள். முகம், கால் தவிர ஒரு பாகம் தெரியவில்லை. முடித்தபோது அழுகைச் சத்தம் மறைந்துப் போனது.

மீண்டும் கதவிடுக்கு வழியாகப் பார்த்தபோது அதே இரு உருவங்கள். சிம்னியை ஏந்தியபடி கதவைத் திறந்துகொண்டு கத்தியபடி "யாரு நீங்க? என்ன வேணும்?" என்றார்.

அந்தப் பெண் ஒரு கடிதத்தை நீட்டினாள். "நாங்க வெளியூர், எங்களுக்கு குரல் உள்ளது. பேச விருப்பம் இல்லை. இப்படி ஓர் ஆசை உருவாகும் என நாங்கள் நினைக்கவில்லை. நாங்களும் மனிதர்கள்தான். மனிதர்களோடுதான் வாழ்கிறோம். நல்ல வசதியாக இருக்கிறோம். நினைத்ததை வாங்க முடிகிறது. ஒரே ஒரு ஆசையை மட்டும் நிறைவேற்ற முடியவில்லை. எங்கள் வாழ்வில் பெரிய ஏக்கம் இது. இன்று பகலில் உங்கள் ஊருக்கு வந்தோம். அப்போது உங்களிடம் ஒரு கேமரா இருப்பதாக ஒரு சிறுவன் மூலம் அறிந்துக் கொண்டோம். அதைக்கொண்டு எங்களை ஒரு புகைப்படம் எடுத்து தர வேண்டும். அந்த புகைப்படத்தைக் கூட நீங்களே வைத்துக்கொள்ளுங்கள். சேர்ந்து நிற்கும்போது அந்த

வெளிச்சம் எங்கள் மீது படவேண்டும். இதுவே எங்கள் நீண்ட நாள் ஆசை"

கடிதத்தை சரியாகத்தான் வாசித்தேனா என்பதுபோல், மீண்டும் யோசித்துவிட்டு தலையைக் குனிந்த ஓவியர்,

"இங்கையே நில்லுங்க.. இதோ வந்திடுறேன்" என்று வீட்டை நோக்கி ஓடினார்.

துளையில் நுழையும் முயற்சி நடந்துகொண்டிருந்தது. கொதித்துக் கொண்டிருந்த உலையில் போடத் தோன்றியது. நான் ஓர் ஓவியன் அப்படிச் செய்யக்கூடாது என அவசர அவசரமாக அலமாரியில் இருந்து கேமராவை எடுத்து மீண்டும் ஒருமுறை துடைத்து சுத்தம் செய்தார். பேரழகியின் காலில் ஒரு முத்தம் தந்துவிட்டு அவர்களிடம் வந்தார். இருவரும் கையைக் கோர்த்துக்கொண்டு நின்றனர்.

"நான் ஒரு ஓவியன், அதோ தெரிகிறதே அதுதான் என் வீடு.. இதவிட கொஞ்சம் செலவாகும்.. வரைந்தே தந்துவிடுகிறேன். வெளிச்சம் குறைவா இருக்கு"

நீடித்த மௌனம், இன்னும் இறுக்கமாகக் கைகளை பிடித்துக்கொண்டனர். விருப்பமில்லை என்பதை உணர்ந்த ஓவியர் கேமராவை வைத்து படம் எடுக்க ஆரம்பித்தார். இருட்டில் அவர்கள் முகம் தெரியவில்லை. நிழலில் அவள் வயது தெரிந்தது. ஃப்ளாஷ் வெளிச்சம் ஒரு நொடி அவர்கள் முகத்தைக் காட்டியது. ஓவியர் முகம் உணர்வற்று இருந்தது. முகவரியையும் பணத்தையும் தந்துவிட்டு ஓடிச்சென்று புதருக்குள் மறைந்தனர்.

திரும்பி வரும்போது உடல் நடுங்கத் தொடங்கியது. ஒரு ஃபோட்டோ எடுப்பதற்காக இத்தனை மைல்கள் தாண்டி வருவதற்கான அவசியம் என்ன? அதுவும் நள்ளிரவில் மனிதர்கள் வசிக்காத இந்த வெளியில் ஒரு கலைஞனைத் தேடி. அந்த ஜோடியின் உருவம் மூளைக்குள் இறங்கிக் கொண்டிருந்தது.

வெளியே சென்றதிலிருந்து வீடு திரும்பும்வரை நடந்தவற்றை மனதில் ஓட்டி பார்த்தார். பேரழகியின் முகத்தில் சிறு புன்னகை. கண்களை மூடித்திறந்த போது பேரதிர்ச்சி. குலுங்கிக் குலுங்கி

அழ ஆரம்பித்தார். அதிர்ச்சியில் கைகளில் முகத்தைப் புதைத்து அழுதார். நான் வாழ்கிறேனா? கண்ணுக்குள் அகப்பாடாத காலம் தனக்கு தெரிவதாக உணர்ந்தார். நிறங்கள் அனைத்தும் இழந்து கருப்பு வெள்ளையானது. நிறச்சாயத்தை தன் முகத்தில் ஊற்றினார். எல்லாம் கருப்பு. ஈக்கிலை உடைத்து விரல் நுனியில் குத்தியபோதும் கருப்புத்துளி. காற்று பலமாக வீசும் சப்தம். வெளியே நெற்கதிர் எதற்கும் அசைவில்லை.

வெட்டுக்கத்தியை எடுத்துக்கொண்டு வயலை அறுத்து வீசுகிறார். அவர்கள் புகைப்படம் எடுத்த இடத்தில் புதைந்த காலடித்தடம் தெரிகிறது. அந்த இடத்தில் மண்ணள்ளிப் போட்டு மூடுகிறார். கத்தி வயலின் நடுவில் தடம் பதிக்கிறது. எறும்பு ஒன்று கூரான பகுதியின் வழி மேலே ஏறும்போது அடர்ந்த ரோமம் இருக்கும் கை எறும்பை பிடிக்கிறது. கைகளில் இருந்து வடியும் இரத்தம் மண்ணை நனைத்தது.

ஓடிப்போய் கதவை சாத்திக்கொண்டு மூச்சை இழுத்து விடுகிறார். குலுங்கிச் சிரிக்கும் சத்தம். திரும்பிப் பார்த்தபோது அவளின் புன்னகை. சகிக்க முடியவில்லை. கத்தியைத் தேடி வயலின் நடுவில் ஓடுகிறார். சகதியில் உருண்டு புரண்டு ஒருவழியாகக் கண்டுபிடிக்கிறார். இது என்ன ஏற்கனவே இரத்தக்கறை. குளத்திற்கு சென்று கழுவிவந்து ஓவியத்தின் கழுத்திலேயே சொருகிறார். தன்னைத் தின்று தீர்த்த காகிதம் உயிர்விட்ட நிம்மதி. சுவாசம் சீராகத் துவங்கியது, நிறங்கள் மீண்டன. கேமராவையே பார்த்துக் கொண்டிருந்தார். இப்படி ஏன் நடந்தது இதை நடத்தியது காலம். அதற்குத்தான் உண்மை தெரியும். "இதுலதான் காலம் இருக்கு.. காலமே உன்னை அழிக்கிறேன்" என கத்திக்கொண்டு கேமராவைத் தரையில் வீசி உடைத்தார். பளபளப்புடன் பாகங்கள் சிதறிக் கிடந்தன.

துண்டான பல்லியின் வால் ஒன்று நெளிந்துகொண்டே இருந்தது. மூச்சை இழுத்து இழுத்து விட்டுக்கொண்டே அது அடங்குமா எனப் பார்த்தார். வால் அடங்க சில நிமிடங்கள் பிடித்தன. பார்வை அகலவில்லை. இது எந்த பல்லியின் வால் என உடலைத் தேடத் தொடங்கினார். பாத்திரங்களைக் கலைத்துப்

போட்டார். அவளைக் குப்புறப் போட்டு பார்த்தார். பழைய நாணயங்கள் வைத்திருந்த கலயத்திலும், நாணயங்களுக்குள் இருக்கிறதா என ஒவ்வொன்றாய் திருப்பிப் பார்த்தார் எங்கு தேடியும் கிடைக்கவில்லை. கூரை, அழுக்குக் கூடைகள், கஞ்சிப் பாத்திரம், குடம் எதையும் விடவில்லை.

தீப்பந்தத்தைக் கொளுத்திக்கொண்டு வீட்டைச் சுற்றிச்சுற்றி வந்தார். எங்கு தேடியும் கிடைக்கவில்லை. தூரத்தில் தெரிந்த மலையை நோக்கி ஓடினார். பிறந்தது முதல் இந்தப் பகுதிக்கு வந்தால் கேட்கும் அருவியின் சப்தம் இன்றில்லை. வேகமான நடையில் ஓடையின் அருகே கல்லின் மீது அமர்ந்திருந்த தவளையின் கண்கள் பிதுங்கித் தெறித்தன. பாதைகளில் காலடித் தடங்கள் முன்னரே இருந்தது. மலையை நெருங்கியபோது அது ஓர் ராட்சஸக் கேமராவைப் போன்று தெரிந்தது. இதனை அழித்தால் நடந்தது நடக்காமல் ஆகிவிடும். சுற்றிலுமிருந்த கற்கள் அனைத்தும் மோதி தளர்ந்து விழுந்தன. சில உடைந்தன.

கீழே கிடந்த கல் ஒன்றை நிதானமாக வீசினார். மலையின் மீது மோதி விழுந்தது. அந்தக் கல்லை எடுத்துக்கொண்டு ஏதோ ஒன்றை அடைந்ததுபோல் ஆனந்தத்துடன் குடிசையை நோக்கி ஓடினார். புகைப்படம் எடுத்த இடத்தைக் கண்டபோது வியர்க்கத் தொடங்கி விட்டது. அடைந்த தெளிவு நழுவி நீரோடைக்குள் விழுந்தது. அதை துரத்திச் செல்வதற்குள் குளத்தில் கலந்தது. அப்போது கருப்புநிற நீர் வெண்ணிறக் கீற்றுகளுடன் சுழன்றுகொண்டிருந்தது. நால்வர் அங்கிருந்து கரைக்கு வந்தனர். ஒரு நாளுக்கான நீரை அருந்தியவர்கள் போல் வயிறு முட்டியிருந்தது. முதுகுத்தண்டு லேசான வளைவு. தலை சிறியதாகவும், உடல் பெருத்தும் அடர் உரோமங்களுடன் காணப்பட்டனர். கேமராவை தூய்மைப்படுத்த வேண்டும் என்ற எண்ணம் மண்டையில் ஓடிக்கொண்டிருந்தது. அதை உடைத்து விட்டோம் இல்லையா? அதன் பாகங்கள் தூசி ஏறத் தொடங்கியிருக்கும். அந்த மனிதர்கள் முகமெங்கும் சளுவையாகக் காணப்பட்டது. உடல் அசைவுகள் வேகமாக இல்லை.

குளம் அப்படியே இருக்கிறது, ஆமாம், வயல் எங்கே? திரும்பினால் தலை முட்டிவிடும் அளவிற்கு மரங்கள். சருகுகள்

பொடிந்து, தரையெல்லாம் சவைத்துத் துப்பிப் போட்ட பழச்சக்கைகளும், வித்துக்களும், கொட்டைகளும். அருவியின் சத்தம் அதிகமாக இருந்தது. மூவர் சாய்ந்திருந்த மரத்தில் நடந்துசென்றுக் கூடடைந்தனர். ஒருவர் மட்டும் மரத்தின் கிளைகளில் தொங்கியபடி தாவிச்சென்று ஒரு பெரிய மரத்தின் மூட்டருகே வந்தார். தன் நகத்தைக் கொண்டு பட்டையைப் பிய்த்துக் கூரான கல்லினால் கோட்டை வரைந்தான். அந்த மரத்தின் மூட்டில் வால் இல்லாமல் வெறும் உடல் இருக்கும் பல்லி ஒன்று இருந்தது.

குடிசை உள்ளிருந்து ரத்த வெள்ளத்தில் துடிக்கும் பெண்ணின் குரல் கேட்பது போல் இருந்தது. கூடு இருந்த கிளை முனகல் சத்தத்துடன் ஆடியது. மீண்டும் ராப்பாடியின் நெற்பாட்டு. இங்கே நரியின் ஊளை. கோட்டை வயதான மரத்தில் அழுத்தி வரைபவன். அழும் பெண்ணின் கழுத்தில் இருக்கும் இரத்தக்கறையை அகற்றி கண்களில் கண்ணீர் வரையும் தூரிகை. கிளை வேகமாக ஆடியது. படம் எடுத்தபின் ஒரு ஜோடி வேகமாக ஓடியது. மின்னல் வெளிச்சம். ஃப்ளாஷ்! மரத்தில் விழும் நீர் கிளைகள் வழியாக வடிந்து கோட்டின் மீது சிலகாலம் தங்கி கீழ்சென்றது.

இலையைப் பறித்து ஆண்குறியைத் துடைத்தெறித்து விட்டு வேறு கிளைக்கு தாவினான். அந்தப் பக்கமாக வந்த புனுகின் மீது விந்து படிந்த இலை விழுந்தது. மின்னல் ஒளியில் குளத்தை நோக்கிச் செல்லும் பெண், அவளைத் தொடர்ந்து செல்லும் ஆணின் முகங்கள் தெரிந்தது. பதற்றம் வரவில்லை. வியர்க்கவில்லை. மின்னலை நிறுத்தத் தோன்றவில்லை. காட்டை அழிக்கத் தோன்றவில்லை, கோடு வரையப்பட்ட மரத்தை வெட்டிச் சாய்க்க மனமில்லை. மூச்சு சீராக இயங்கியது. நிற இழப்பு எதுவும் ஏற்படவில்லை. பழங்களின் வாசனையை உணர முடிந்தது. ஓய்ந்திருந்த மழையின் அழகை, இரவை ரசிக்க முடிந்தது. காற்று சில்லென வீசி சென்றது. பேரிடி ஒன்று இடித்தபோது நடுக்கத்துடன் அவர்கள் பாறையின் நடுவே புகுந்துகொண்டனர்.

அப்போது பச்சை மாக்கான் ஒன்று தரையில் இருந்து கல் ஒன்றில் தாவி அமர்ந்தது. அவர்கள் குளத்திற்கு போய் திரும்பும் வரை கல்லைவிட்டு நகரவில்லை. இத்தனை நேரம் தன் மடியில்

அமர்ந்த மாக்கான் மீது பாசம் கொண்டது. கூடடையும் மனிதன் கிளையில் தொங்கும்போது ஏற்பட்ட அசைவில் தாவி அடர்ந்த பாசிகளின் நடுவே புகுந்தது. கல்லின் கண்கள் முழுவதும் கண்ணீர். அது மின்னல் வெளிச்சத்தில் மிகவும் நன்றாகவே தெரிந்தது.

பற்றி எரியும் காடு, புகைக்கிடையே மரச்சீனி கிழங்கை தோண்டி சுட்டுத் தின்னும் மனிதன், குளம் வறண்டுபோய் மழைக்காகக் காத்திருக்கும் நெற்பயிர்கள், பெரிய இயந்திரங்கள் சுழன்று கொண்டிருக்கிறது, மனிதர்கள் கற்களையும் சிமெண்டையும் கரைத்துக் கொண்டிருக்கின்றனர், துடிக்கும் பல்லியின் வால், அடுக்குமாடி கட்டிடம் எழுப்பப்படுகிறது, நச்செலிகளின் கீச் சத்தம், அரிசிப் பானைக்குள் மீண்டும் புகும் கரிச்சான்கள். மாக்கான் வந்தமருமா எனக் காத்திருக்கும் கல், கண்களுக்குள் திரை இருக்கிறதா ? நிற்காமல் ஓடிக்கொண்டிருக்கும் காட்சிகள். காலத்தை உடைத்துவிட்டேன் என நெஞ்சில் பொருமினார்.

காரணம் ஒன்றுதான், குறைந்த ஒளியில் எடுக்கப்பட்ட புகைப்படத்தில் தெரிந்த ஒரே சாயல். கண்ணீர் சிந்தியபடியே உடைத்து நொறுக்கப்பட்ட கேமராவின் பாகங்களைச் சேகரித்துக் கொண்டிருந்தார். சித்தம் கலங்கியிருந்தது. வாய் உளறியது. அவன் வரைந்த மரம் வலிமையானது, வயதானது. அதனை வெட்டி எடுத்து வந்து கதவு செய்ய வேண்டும். வேண்டாம். அதன் கிளைகள் வழியாக ஏறி உச்சிக்கு சென்று காட்டிற்குள் எங்கேயாவது கேமரா உடையாமல் இருக்கிறதா எனப் பார்க்க வேண்டும். குளத்தில் கரைந்த தெளிவு கதவைத் தட்டும் சத்தம் கேட்டது. தலையை சரித்துப் படுத்தபடியே அவள் பார்த்துக்கொண்டிருந்தாள். துளையில் கரப்பான் நுழைந்து கடந்தபோது எங்கோ தொலைவில் புனுகின் சத்தம்.

மிசிறு

1

அங்கிருந்து கண்ணெட்டும் தூரம் வரை தென்னந்தோப்புகள், கடைசியில் சவுக்குத் தோப்புகளைக் கடந்து கடற்கரை. இடையில் மா, பலா, ஆயினி, கொல்லாவு, வாழை, புளி, குளிக்கரை கண்டங்கள். தூரத்தில் தெரியும் பாறை. அடுத்த மாநிலத்தில் துறைமுகம் கட்ட நடுவில் பாதி வெட்டி எடுக்கப்பட்டதால் நடுவே ஒரு குளம் உருவானது. உயர்ந்து நிற்கும் பனை மரங்கள். சாலை முக்கில் குருசடி. இருபக்கமும் செம்மண்ணைக் குழைத்துப் பூசிய வீடுகள். திண்ணையிலோ, கட்டிலிலோ படுத்துக்கொண்டு சுண்ணாம்பை நகங்களினால் சுரண்டும் சிறுவர்கள் உண்டு என்பதை சுவர்கள் காட்டும். உடைந்த ஓடுகள். கீறல் விழுந்த பகுதியில் பனை ஓலையால் மூடப்பட்டிருக்கும். கோழிகள் இல்லாத வீடில்லை. பனை ஏறிவிட்டு வந்து கையாலையில் அமர்ந்து தெழுவு குடிக்கும் காட்சி, ஆற்று மணலைச் சுரந்து ஊற்றுத்தண்ணீரைத் மண்பானையில் சுமந்து வரும் பெண்கள், மூன்று மைல் தூரம் நடந்தால் கழிமுகம். அருகே தென்னந்தோப்பில் கிரிக்கெட் களிக்கும் சப்பட்டைகள்.

திண்ணைக்கு வெளியே அக்கானியைக் காய்த்து பைனியாக்கி வைக்கோலில் கருப்பட்டியாக்க உலர வைத்திருந்தார்கள். மாம்பட்டைக் குடித்துவிட்டு குளிக்கரையில் சீட்டு கழிக்க வரும் கூட்டம். போலீஸ் ஜீப்பு கண்டு கள்ளிவெட்டி சாத்தி வைத்திருக்கும் கையாலையில் கமந்தடித்து ஓட்டம். நாட்டுமுந்திரி மரத்தில் சீதாப்பழம் போன்று கூடு அமைத்திருக்கும் மிசிறுகள். இரவு மழைக்கு முன் முற்றம் வழியாக பேயாட்டம் ஆடும் புளியமரம். அதிலிருந்து விழும் உண்ணிகள். கனவில் இந்த இடம் வரும்போது தூக்கம் லேசாகக் கலையும்.

கனவில் காட்சிகள் மட்டுமல்ல. சத்தங்களும்தான். நள்ளிரவின் பேரமைதியில் தூங்காமல் கண்விழித்துக்கொண்டிருக்கும்

கடலலைகள். சல்லிகளை கொட்டுவது, பாறையைப் பிளப்பது. நள்ளிரவின் காட்சி அல்லாத மற்ற அனைத்திலும் ஓர் இயந்திரத்தின் இரைச்சல் ஓயாமல் கேட்கும். சில நேரங்களில் இரைந்துகொண்டு செல்லும் லாரி. இந்தக் கனவின் காட்சிகளை இணைக்கும் ஒரு கண்ணி (அ) கன்னி உள்ளது.

அந்தப் பகுதியில் ஒரு வீடு இருந்தது. மிட்டாய் வாங்க கடைக்குச் செல்லும்போது அந்த வீட்டைக் கடக்க வேண்டியது வரும். அப்போதெல்லாம் உள்ளுக்குள் அள்ளு விடும். ஓடுகளில் பொத்தல் விழுந்த பழைய திண்ணை வீடு. முன்னே நிழற்குடையாக ஒரு வயதான வேப்ப மரம். திண்ணையை அடுத்து ஒரு ஜன்னல் இருக்கும். அதில் ஒரு 30 வயதுப் பெண் சங்கிலியால் கட்டிப் போடப்பட்டிருந்தாள். எலும்பும் தோலுமான உடல், அழுக்கு உடை, சிக்குப்பிடித்த தலை. திண்ணையில் ஒரு கிழவி பைபிள் வாசித்துக்கொண்டு ஜெபம் செய்வாள். சில நேரங்களில் குவித்து வைக்கப்பட்டிருக்கும் தென்னம் ஈக்கிலைக் கீறிக் கொண்டிருப்பாள்.

முற்றத்தில் சாக்கு வைத்து அண்டி தனியாக, கொல்லாம்பழம் தனியாக உலர வைக்கப்பட்டிருக்கும். ஒருநாள் சங்கிலியை இழுத்து இழவு விழுந்த வீடு போல் அலறல் கேட்டது. அக்கம்பக்கத்தினர் கூடிவிட்டனர். கச்சி கழித்துக் கொண்டிருந்த நாங்கள் கூட்டத்தில் புகுந்தோம். வெள்ளைச் சேலை உடுத்திய பெண் ஒருவர், “அப்பாலே போ சாத்தானே” என வெறிகொண்டு ஜெபம் செய்தார்.

“எனக்க அப்போ.. ஒரு குடத்த ஒத்த ஆளா கொண்டாருவா.. பிள்ளைகுட்டி வச்சிய மீனுகறி நல்லா இருக்கும், நல்லா இருந்தா.. எப்படி இந்த நீக்கம்பு வந்துச்சோ” கண்ணீர் விட்டு அழுதாள்.

சுவரில் மாலைப் போட்டு வைக்கப்பட்டிருந்த போட்டோவைப் பார்த்து, “லேய், நீ மீனு பிடிக்கப் போனப்போ ஒனக்கு ஒரு நோக்கேடும் இல்ல, பைசா கிட்டுதுன்னு எப்போ மணல் கம்பெனிக்கு போனியோ அண்ணு தாம்புல பிடிச்சுது வினை. சும்மாள கொண்டு பைசா தாரனுவ தாயளிய. ஆளு காண பலவை கணக்கா இருந்தான், எனக்க பயல கேன்சர் தின்னுடுச்சு.. எனக்க அப்போ..” அருகில் இருந்தவர்கள் தேற்றினார்கள்.

அலறிக்கொண்டிருக்கும் பேத்தியைக் கண்ணெடுக்காமல் பார்த்துக் கொண்டிருந்தவள் கண்ணீரைத் துடைத்துவிட்டு முகத்தை இறுக்கமாக வைத்து, கொல்லைப்புறமாக ஓடினாள். அருவாமனைக்கு அருகில் மீனின் செதில்கள், குடல், ரத்தக்கட்டி, தலைகள் குவிந்துக் கிடந்தது. அதை தின்றுக்கொண்டிருந்த காட்டுவாக்கனை மிதித்து தள்ளினாள். முகத்தைச் சீறிக்கொண்டு நகர்ந்தது.

கரித்துணியில் அனைத்து மீன்கழிவுகளையும் வாரி எடுத்தாள். துணியை முறுக்கிக்கொண்டு வந்து பேத்தியின் முகத்தில், தோளில், முதுகில் வீசி வீசி மீன் கழிவுகளைக் கொண்டு அடித்தாள். “போ சாத்தானே, போ பேயே” சற்று நேரத்தில் இருவரும் களைப்பில் மயங்கினர். கூட்டம் கலைந்தது. பின்பு ஊழம்பாறையில் கொண்டுப்போய் வைத்திருப்பதாக ஊர்க்காரர்கள் பேசிக்கொண்டார்கள்.

அதற்குப் பிறகு கிழவி அந்த வீட்டிற்கு வரவில்லை. வீடு, சொத்தை மூத்த மகளுக்கு எழுதி வைத்துவிட்டு, கடற்கரையோரம் இருந்த குருசடியில் காலம் கழித்தாள். பாவமன்னிப்பு கேட்டுவிட்டு காணிக்கை இட வருவோரில் சிலர் இட்லி வாங்கித் தந்தனர். மகனின் கேன்சர் மரணம், மன நோயாளியான பேத்தி, விட்டுச்சென்ற மருமகள் கிழவிக்கும் மனச்சிதைவைக் கொடுத்தது.

கண்களில் கருவளையம். காண்போரைக் கண்கொண்டு விசித்திரமாகப் பார்த்து சிரித்தாள். தூய்மையான வெண் சேலை அணிந்து, முட்டாங்கு போட்டு ஜெபம் மட்டும் நிற்கவில்லை. பைபிள் வாசிப்பும். வீடு இடிக்கப்பட்டது. வேப்ப மரம் சாய்க்கப்பட்டது. சில வருடங்கள் கழித்துக் கிழவியும் காலமானார். சொத்தை எழுதி வைத்த நன்றிக்கடனாக மூத்த மகள் இறுதி மரியாதையை செய்தாள்.

2

அவள் மருதாணி இலைகளை பறித்துக் கொண்டிருந்தாள். பறித்ததோடு சென்றிருக்கலாம். கீழே கிடந்த குச்சியை வைத்துப் பார்த்துப் பார்த்துக் கட்டிய எங்கள் வீட்டை இழுத்து கீழே

போட்டாள். எனது உறவினர்கள் கலைந்து பதறிக்கொண்டே ஓடி வந்தார்கள்.

நான் கிளையின் ஓரத்தில் அமர்ந்து நடப்பதைக் கவனித்துக்கொண்டிருந்தேன். இதுபோன்ற இயற்கைச் சீற்றங்களை பார்த்தவர்கள்தான் நாங்கள். மருதாணி இலையைப் பறித்ததோடு போயிருக்கலாம். மேலும், சிவக்க எங்கள் கொடுக்கில் இருக்கும் பார்மிக் அமிலம் அவளுக்கு தேவை. இருக்கட்டும், கேபிள் கம்பி வழியாக மொட்டை மாடியில் நுழைந்து கொடியில் காயும் உன் உடையில் புகுந்துவிடுகிறேன். என் குடும்பத்தை அழித்த உன்னைக் கடித்தால்தான் எனக்கு நிம்மதி.

கலைந்து தப்பித்த உறவினர்களை ஆறுதல்படுத்தினேன். நிதானமானார்கள். அவர்களுக்கு பசித்தது, மழை வடிந்த பாசிகளிலும் சீதா மரத்தின் காய்ந்த இடுக்குளில் மழையினால் ஈரம் படிந்திருந்தது. அங்கிருந்த நுண்பூச்சிகளை உண்டு பசியாறினார்கள். என் உடலில் வரும் பிசினால் இலையை வளைத்து முட்டையிடத் துவங்கினேன். இழந்த வம்சத்தை மீட்டெடுப்பது எனக்கு உண்டான சவால். நான் முட்டையிட்டு முடித்ததும், உண்டு தெம்பாக வந்த வேலைக்காரர்கள் அடைகாக்க குவிந்தனர். ஓர் இரவில் வீடு கட்டி முடிக்கப்பட்டிருந்தது.

இந்த மனிதர்களால் பெரிய இழப்பு எங்களுக்கு. கனவில் கூட இந்த மனிதர்களுக்கு நாங்கள் நன்மை செய்தோம். ஏதோ பெரிய சாலைப் போடுவதற்காக பெரிய குளங்களை மண்வெட்டி நிரப்பி மூட இருந்தனர். அந்தக் குளங்கள் மனிதர்களுக்கு மட்டுமல்ல, எங்களுக்கும் உரிமை உண்டு. எங்களைவிட அவர்களுக்கு நன்மை அதிகம். இருந்தாலும் குளத்தை மூடிவிடக் கூடாது என இரவில் எங்கள் மொத்த வம்சத்தையும் அழைத்து பாலம் எழுப்ப நினைத்தோம். பிற்காலத்தில் குளத்தை மூடாமல் பாலம் கட்டியது ஆச்சரியம்தான். எங்களை எப்போது புரிந்துகொள்வீர்கள்?

முன்புபோல் தெம்பாக முட்டையில் இருந்து வரும் குஞ்சைத் தூக்கிச் சுமந்துசெல்ல முடிவதில்லை. என்னைவிட எடையுள்ள சுள்ளிகளை சீதா மரத்தில் இருந்து மருதாணி மரத்திற்கும், பலாவிற்கும், ஆயினிக்கும் சென்று வருவேன். அப்போதெல்லாம்

மூச்சுவிட சிரமம் இருந்ததில்லை. இப்போது ஆயினி மரத்தில் ஏறி இறங்குவதற்குள் கொடுக்கு சுருங்கி விடுகிறது.

மன உளைச்சல் அதிகமாக இருந்ததால் கனிந்து குடுங்கியிருந்த சீதாபழத்தின் மீது ஏறி வட்டம் போட்டேன். அணிலார் வந்து சாப்பிட்டது போக, மீதி நாளை கீழே விழுந்துவிடும். நினைவுத் தெரிந்த நாளில் இருந்து சீதாவைப் பறிக்க ஒரு மனிதன் கூட வந்ததில்லை. என் முன்னோர் இங்கிருந்த வேப்ப மரத்தில் ஒவ்வொரு கிளைகளிலும் கூடுகட்டி மிகப்பெரும் சாம்ராஜ்யத்தைக் கட்டி ஆண்டதாக மரபுவழிச் செய்தி.

ஒரே இடத்தில் இருப்பது மன உளைச்சலை பெரிதாக்குகிறது. எனது வேலைக்காரர்கள் மேல் சில சந்தேகங்கள் இருந்தபடியால் இரு மரங்களை விட்டு நகர முடியவில்லை. முட்டைகளை நல்லபடியாக கவனித்துக் கொள்வார்கள். புழு பருவத்திற்கு வந்தபின் அதனைத் தூக்கிச் சுமந்துசென்று எங்கள் சமூகத்தில் நல்ல மிசிறாக வாழ சிறந்த பயிற்சியை அளிப்பார்கள் என்று நம்பிக்கை வந்துவிட்டது. எனது பயண அறிவிப்பை அனைவரிடமும் கூறிவிட்டு அங்கிருந்து வெளியேறினேன். மனிதர்களிடம் ஜாக்கிரதையாக இருக்க வேண்டும் என்று பலமுறை எச்சரித்தார்கள்.

இரவில் பயணம் புரிய வேண்டும் என்பது நீண்டநாள் கனவு. போகும் வழியில் எங்களது பங்காளி கறுப்பின எறும்புகள் ஆரத்தழுவி கைக்குலுக்கினர். எனக்கு இனிப்பு விருப்பம் குறைவு என்பதால் நுண்பூச்சிகள் உறங்கிக் கொண்டிருக்கும் இடங்களைக் கூறினர். பசிக்கும்போது போகலாம் என மூளையில் குறித்து வைத்துக்கொண்டு விடை பெற்றேன்.

இடிந்துக்கிடந்த வீட்டிற்கு பின்னால் சென்றேன். புதர்கள் நடுவே பயணிப்பது சிரமமாக இருந்தது. எங்கும் வழியில்லை. பெருச்சாளிகள் உணவைப் பங்கிட்டு சாப்பிட்டுக் கொண்டிருந்தது. என்னை யாரும் கவனிக்கவில்லை. அங்கிருந்து தூரத்தில் காற்றில் அணையப்போகும் மெழுகுவர்த்தி ஒன்றைக் கண்டேன். மழைக்காலம் என்பதால் மண் ஈரமேறி இருந்தது. குளிரினால் என் கொடுக்கு சுருங்கியிருந்தது.

தென்னையின் மூட்டில் சாம்பல் கொட்டப்பட்டிருந்தது. ஈரத்தில் இறுகிக் காணப்பட்டதன் அருகில் காளான்கள் முளைத்திருந்தது. நுண்பூச்சிகள் என்னைக் கண்டு மறைந்தன. வயிறு முட்ட சாப்பிட்டுவிட்டு கிளம்பியபோது மெழுகுவர்த்தி அணைந்து புகைந்துக் கொண்டிருந்தது. கல்லறையின் மேல் இருந்த சிலுவையில் மாலைகள் போடப்பட்டிருந்தது. ஒன்று வாடி கரிந்திருந்தது, மூன்று ஓரளவிற்கு புதியதாகவும். வரிசையாக நான்கு கல்லறைகள் இருந்தது. அதற்கு முந்தின தலைமுறைக் கல்லறைகள் இருந்ததற்கான தடம் உள்ளது. அனைத்தும் மண் கல்லறைகள்.

கல்லறையை ஒட்டியிருந்த சருகுகளின் அடியில் சென்றபோது எங்கள் ஆட்கள் மண்ணுக்கடியில் உணவுப்பொருட்களை சேமித்து வைப்பதற்காக உருவாக்கிய வழி இருந்தது. உள்ளே நுழைந்தேன். குத்திருட்டு. மண்ணுக்கடியில் ஓர் அடிக்கு மேல் நுழைந்துவிட்டேன். ஒரு சத்தம் என்னை நோக்கி வருகிறது. நடையை நிறுத்திக்கொண்டு தலையைத் திருப்பி நோக்கினேன். வலப்பக்கத்தில் இருந்து இடப்பக்கமாக சங்கிலியை இழுத்துக்கொண்டு செல்லும் சத்தம் கேட்டது. அதற்கு பின்னணியில் லேசாக ஒரு பெண்ணின் கேவல் இருந்தது. இரண்டு அடியை எட்டியபோது பாதை முடிந்திருந்தது. எனது ஒன்றுவிட்ட உறவினர்கள் முட்டுச்சந்தில் இறந்துக் கிடந்தார்கள். சேமிக்கப்பட்ட உணவும் சிதறிக் கிடந்தது.

இதற்குமேல் செல்வது ஆபத்து என யோசித்துக்கொண்டிருக்கும் போது நாற்றம் வீசியது. ஆம், அழுகிய மீனின் கவிச்சி நாற்றம். இவர்கள் சிறுசுகள். எளிதாக ஆபத்தை சந்தித்துவிட்டார்கள். நான் வலிமையானவள். இந்தப் பயணத்தை எதற்காகவும் நிறுத்தக்கூடாது என மண்ணைக் குடைந்து பாதையை அமைக்கத் துவங்கினேன். ஆறடி வந்தபோது பெட்டி ஒன்று உளுத்திருந்தது. மண்ணைத் தோண்டும்போது மணலில் இருந்த ரூடைல், ஜிர்கான், இல்மனைட், தோரியம், மோனோசைட் சுற்றி நின்றுக்கொண்டு வேண்டாம், பெரிய ஆபத்து எனத் தடுத்தது. அவர்கள் பேச்சைக் கேட்காமல் மண்ணைத் தோண்டிய போது என் உடலில் கதிர்வீச்சு புகுந்தது போல் இருந்தது. மூச்சுவிட முடியவில்லை.

உளுத்த மையப்பெட்டிக்குள் இருந்து சிரிக்கும் பெண்ணின் சத்தம். தூரத்தில் சங்கிலியின் ஒலி. மீன் வாடை. எனது கொடுக்கு

எரிந்துக் கருகுவது போலிருந்தது. அவ்வளவுதான் கதை முடிந்தது. என்ன நடக்கிறது என்பது புரியவில்லை. கனிமங்களின் பேச்சை உதாசீனப்படுத்தியதற்கு வசமாக சிக்கிவிட்டோம். உடலில் சூடு பரவியது. சிரித்துச் சிரித்து சோர்வான குரல், "தண்ணி தண்ணி" என்று சொல்லி மீண்டும் பலவீனமாகச் சிரித்தது. அடுத்த நொடி, மண்ணுக்கடியில் நீருற்றுப் பெருக்கெடுத்தது. வேகமாகக் கொப்பளித்து வந்த நீரின் வழியாக செத்துப்போன உறவினர்களுடன் தூக்கி வெளியே வீசப்பட்டேன்.

எரிந்த கொடுக்கில் பட்ட நீரும், வெளியே காணப்பட்ட இரவின் குளுமையும் ஆசுவாசமாக இருந்தது. என்ன நடக்கிறது? சற்று நேரத்தில் எனது முட்டைகளின் பாதுகாப்பைக் குறித்துக் கவலை கொள்ள விரும்பினேன். அதற்கான அவசியம் இல்லை. அவர்கள் போர் வீரர்கள். பத்திரமாக கவனித்துக்கொள்வார்கள்.

கல்லறைக்குப் பக்கத்தில் இருந்த பாறைப்பகுதிக்கு சென்றேன். வெட்டப்பட்ட பாறையின் விளிம்பு கத்தி மாதிரி இருந்தது. மண்ணுக்கடியில் பார்த்த ஐவரும் நோய்வாய்ப்பட்டு படுத்தப் படுக்கையாக இருப்பதுப் போல் காணப்பட்டார்கள். என்னைப் பார்த்து தலை அசைத்தார்கள். பார்க்க வேதனையாக இருந்தது. உறவினர்கள் அமெரிக்கா, அரபு, ஆஸ்திரேலியா உள்ளிட்ட பல நாடுகளுக்கு நாடுகடத்தப்பட்டார்கள் என கண்ணீர் மல்கினார்கள்.

தாங்கள் அநாதையாக்கப்பட்டு விட்டோம். கூடிய சீக்கிரம் எங்களையும் தனித்தனியாக பிரித்துக்கொண்டு செல்வார்கள். "எனக்கு கல்யாணமாகி புகுந்தவீடு நீர்மூழ்கி கப்பல்தான்" என்றது இல்மனைட். உடனே ரூடைல் வந்து, "எனக்கு வாழ்நாள் முழுவது போரை பார்க்கும் பாக்கியம் உள்ளது. அதில் கொத்துக்கொத்தாக மனிதர்கள் சாவதைப் பார்த்து மகிழ்ச்சியடைவேன். காரணம் என்னுடைய புகுந்தவீடு போர் விமானம்" என்றது.

மோனோசைட் உடனே சோகத்துடன், "நீங்கள் கொடுத்துவைத்தவர்கள் கடல்கடந்து பல தேசங்களுக்கு பயணம் செய்வீர்கள். உங்களைவிட பலசாலி நான், ஆனால் உள்ளூர் குடிகார மாப்பிள்ளையை கல்யாணம் செய்துவிட்டு இங்கேயே வாழவேண்டிய துர்பாக்கியம்." தோரியம் திமிராக,

"ஏய் மிசிறே.. என்ன திகைத்து பார்த்துக் கொண்டிருக்கிறாய்? எங்களிடம் உனக்கு என்ன வேலை? எங்கள் மதிப்பு உனக்கு தெரியுமா? நீ மண்ணுக்கடியில் பார்த்தது சொற்பம், உள்ளே போ, உனக்கு இன்னும் நிறைய ஆச்சரியங்கள் காத்துக் கிடக்கு" என்றது. "உங்களைப் பத்தி எங்க முன்னோர்கள் நிறையக் கதை சொல்வாங்க, நீங்கள் வானத்தில் இருந்து வந்தவர்கள் தானே!" என்றேன்.

"அது உண்மையான கதை இல்லை. நாங்கள் உருவானபோது நீங்கள் யாரும் பிறக்கவில்லை. உருமாறும் பாறைகள் கேள்விப்பட்டதுண்டா? சூட்டில் உருமாறி நாங்கள் பிறந்தோம், கட்டுக்கதைகளை நம்பாதே." கார்னைட் எச்சரித்தது. அசிங்கமாக இருந்தது. இதை சொல்லியிருக்க வேண்டாமோ என்று நினைத்தேன். புளிப்பான புன்னகையுடன் அங்கிருந்து நழுவினேன்.

அவர்களிடமிருந்து விடைபெற்று மீண்டும் அந்த வழியாக உள்ளே நுழைந்தேன். மூன்றடிக்கு முன்னால் ஊற்றின் பாய்ச்சலில் பக்கவாட்டுப் பாதை ஒன்று உருவாகியிருந்தது. அந்த வழியாக சென்றபோது மிகவும் இற்றுப்போன ஒரு மையப்பெட்டி இருந்தது. அதன் நடுவே நீர் கொப்பளிப்பது போல் மணல் கொப்பளித்துக்கொண்டிருந்தது. உள்ளுக்குள் பயம் வேறு. எவ்வளவோ இயற்கை பேரிடர்களைப் பார்த்துவிட்டோம். மனிதர்கள் எங்களுக்கு செய்த இன அழிப்பை இப்போதும் காண்கிறோம். பழிவாங்கல் உண்டு என்றாலும், இயற்கையைக் கண்டு அஞ்சியதில்லை. இல்லை, ஒருதடவை எங்கள் முன்னோர்கள் பயந்தார்கள்.

முன்பு எங்கள் வம்சம் மலையை ஒட்டிய கிராமங்களில் அதிகமாக வாழ்ந்தார்கள். அப்போது வாழை, மரச்சீனி விவசாயத்தை அழித்து ரப்பர் பயிரிடத் தொடங்கினார்கள். அதன் பால் வாடையைக் கண்டு அஞ்சி நெய்தல் நோக்கி வந்ததாகச் சொல்வார்கள். இப்போது சிறிது உடல்நலக் குறைவுகள் இருப்பினும் உண்டுக் களித்து வாழ்வில் குறையில்லை.

மணல் சிவப்பு நிறமாகி சாந்தமடைந்தது. பெட்டிக்குள் இருந்து சிறு முனகல். "இந்த மணலில் என் ரத்தம் கலக்கட்டும்".

நாற்புரத்தில் இருந்தும் மனிதக்குரல்கள் திரும்பத் திரும்ப இதையே சொன்னது. கண்களை மூடி நிதானமாக எண்ணினேன். கிட்டத்தட்ட 500 இருக்கும். ஆம், எனக்காக ஐநூறு பாதைகள் காத்துக்கொண்டிருக்கிறது. அவர்களுக்கு தன் தரப்பு நியாயத்தைச் சொல்ல ஆளில்லை. என்னை அமர்ந்து கேட்கச் சொல்கிறார்கள். தூரத்தில் கனிமங்கள் படுத்துக்கொண்டு புன்னகைப்பது தெரிகிறது. பெட்டியின் இடுக்கில் புகைப் படர்ந்து வெளியே வந்தது. இயந்திரம் ஓடுகிறது. ஜல்லி கொட்டுகிறது. லாரி கிளம்புகிறது. அனைத்தும் சத்தங்கள். பெட்டியை உடைத்துக்கொண்டு எழுந்த எலும்புக்கூடு திரும்பி என்னைப் பார்த்து சிரித்தது. கழுத்துப் பகுதி எலும்பு அரித்து வெடிப்பாகி காணப்பட்டது. நான் அங்கிருந்து வெளியேறினேன்.

கழிமுகம் இருக்கும் பகுதிக்கு சென்றேன். நீர்வழியாகத் கனிமங்கள், கதிர்கள் பாய்ந்துக்கொண்டிருந்தது. நாட்கணக்கில் பாசி உப்புநீரில் பட்டு கறுத்திருந்தது. அதில் நுண்பூச்சிகள் இருக்கிறதா என்று தேடினேன். புதிதாக வளரும் பாசிகள் செழிப்பில்லை. நோஞ்சானாக காணப்பட்டது. சிறியதும் பெரியதுமாக நண்டுகள் ஊர்ந்துக்கொண்டிருந்தது. ஒருபக்கம் அடுக்கடுக்காக சிப்பிகள். வானில் வெளிச்சம் வரத்தொடங்கியிருந்தது. சிறிய டெம்போவில் வந்த மனிதன், இரண்டு சாக்குகள் நிறைய இறைச்சி, மருத்துவக்கழிவுகளைக் கொண்டுவந்து பாறையில் ஏறத் தொடங்கினான். நான்கு அடிகளுக்கு ஒருமுறை ஜிப்பைத் திறந்து சிறுநீர் கழித்தான். பாறை முகப்பில் ஏறிநின்று கழிவுகளைத் தூக்கி வீசினான். கூட்டமாக நீந்திக்கொண்டிருந்த மீன்கள், அங்கு மீன்பிடிக்க வந்த ஒரு மீனவரின் படகின் அருகே ஒதுங்கியது. திரும்பும்போதும் சிறுநீர் கழித்தபடியே வெளியேறினான்.

மலையில் இருந்து ஆறு வழியாக வந்த கனிமங்கள் ஓடினது போதும் என்று களைத்துப்போய் மணலில் கலந்து ஓய்வெடுத்தன. மோனோசைட் மட்டும் பாறையில் ஏறி சிப்பி மீனைக் கட்டித் தழுவியது. அப்படி என்ன பாசம்? நண்டை யாரும் கண்டுக்கொள்ளவில்லை. நண்டைக் கவனித்துக் கொண்டிருந்ததில் அருகில் வந்த மீனை கவனிக்கவில்லை. மூச்சை சீராக விடமுடியாமல் பேசியது. “என்னன்னு தெரியல,

எங்க குடும்பத்தில் அனைவருக்கும் சுவாசக்கோளாறு வருகிறது, என் உயிர்த்தோழி இறந்துவிட்டாள். அவளின் ஆரஞ்சு நிற வால் என் கண்ணுக்குள்ளேயே நிற்கிறது. உனக்கு தெரியுமா? எங்கள் ஆட்கள் பிளாஸ்டிக்கில் சிக்கி சாகிறார்கள்". தொண்டைவிக்கி சுவாசம் தடைபட்டது. பேச்சு வரவில்லை.

என்ன ஆறுதல் சொல்வது என்று தெரியவில்லை. கடலை உற்றுக்கவனித்த மீன், "ஏதோ ரசாயனக் கழிவை கலக்கிறார்கள் போல் உள்ளது. இன்னும் கொஞ்சம் நேரத்தில் கடல் சிவப்பாகிவிடும். நீயும் இங்கிருந்து கிளம்பிவிடு, நான் உடனடியாக ஆழ்கடலுக்கு சென்றாக வேண்டும்." அவசரமாக விடைபெற்றது.

இன்னொரு பள்ளத்தில் வந்த சிலர் சிப்பிகளை கூடையில் அள்ளிப்போடத் தொடங்கினான். பல நிறங்களினால் ஆன சட்டை அணிந்திருந்தான். முதலில் ஆடை வடிவமைப்பு என்று எண்ணினேன். நிறங்கள் உருகி வடிந்தபோதுதான் சுண்ணாம்பு நிறுவனத்தில் வேலை செய்யும் தொழிலாளி என்பது தெரிந்தது. நிறங்களின் உள்ளே நிறுவனத்தின் எம்பளம். கால்சட்டையிலும் சுண்ணாம்புக் கறை. வானம் வெளுத்திருந்தது. சிறுசுகள் செம்மண் சுவரின் சுண்ணாம்பை நகத்தினால் சுரண்டும்போது தெரியும் வடிவங்கள் போன்று மேகங்கள் ஊர்ந்துக்கொண்டிருந்தது.

கரைப்பகுதியில் ஒரு மனிதன் பள்ளத்தை தன்வீட்டுக் கூரையின் மீது ஏற்றினான். கடற்தண்ணி ஐந்து நொடிகளுக்கு ஒருமுறை வீட்டிற்குள் புகுந்து வெளியேறியது. உறங்கிக்கொண்டிருக்கும் குழந்தை, உப்புநீர் தன்மீது தழுவி செல்வது வழக்கமான ஒன்று. வெயில் அடிக்க ஆரம்பித்தது. பள்ளத்தை கூரையில் ஏற்றி கயிறால் இழுத்துக் கட்டிவிட்டு வீட்டின் முற்றத்திற்கு வந்தான். அலை அவனைத் தழுவிச் சென்றது. வலையை அவன் உடலில் சுற்றி கையை பக்கவாட்டில் நீட்டி கர்த்தர் போல் நின்றுக்கொண்டு வலையின் ஈரம் உலர்த்த நின்றான்.

இயந்திரத்தின் சத்தம் வந்துக்கொண்டிருந்த திசையை நோக்கி ஊர்ந்துச் சென்றேன். ஆலையை அடைந்தபோது ஒரு லாரி வேகமாக வெளியேறியது. அதிலிருந்து வெளியேறிய துகள்கள் சாலையோர ரோஜா செடிகள் மேல் படிந்தன. பட்ட சில நொடிகளில்

ஒவ்வொரு இதழ்களாக உதிர்ந்து மொட்டையானது. அங்கே ஒரு மனிதன் இடுப்பை, முதுகை சொறிந்துக்கொண்டு வேலை பார்த்துக்கொண்டிருந்தான். முதலாளி மாஸ்க் அணிந்துக்கொண்டு வேலை நடப்பதை கவனித்துக் கொண்டிருந்தான். அவன் காலருகே சென்றேன். போன் வந்தது. எடுத்துப் பேசியவன் கண்கலங்கினான். கதறி அழுதான். தேற்றவந்த தொழிலாளர்களைத் விலக்கி குமுறினான். பல வருடங்களாகக் குழந்தைப் பேறில்லையாம். நோன்பிருந்து கோயில், குளமேறி வைத்தியம் பார்த்து கர்ப்பமான மனைவியின் கரு சிதைந்து விட்டதாம். அடுத்த புழுதியைக் கிளப்பி லாரி புறப்பட்டது. காலில் கடித்தேன். வலியைத் தாங்கிக்கொண்டான். அய்யோ அந்த ரோஜாப்பூ...?

ஒளியானவள்

இரவு முடிந்துவிட்டதா? ஒருவேளை அதிகாலைக்கு சற்று முன்னதாக இருக்கலாம். விலகி கிடந்த போர்வையை சரியாக இழுத்துமூடி இடப்பக்கமாகத் திரும்பிப் படுத்தபோது உறக்கத்திலிருந்து எழுந்தது போன்று உணர்ந்தேன். ஆம் அதை உணர்ந்தபின் தூங்கிக் கொண்டிருக்கிறோம் என்று நம்பத் தொடங்கியிருந்தேன். நரம்பு மண்டலம் பாதிக்கப்பட்டு விட்டதா? நிஜமாகவே தூங்கத் தொடங்கிவிட்ட உணர்வு. இல்லை என்று மீண்டும். போர்வைக்கு அடியில் காற்றினால் செய்த உருவம் மேலெழும்பி வருகிறது.

உடலில் அதன் ரோமங்களின் லேசான உரசல். தோல் முடிகள் சிலிர்க்கிறது. அடுத்த நொடி மூளைக்குள் மின்னல் அடித்தது போன்று வெளிச்சம். மூச்சு முட்டியது. அந்த உருவத்தின் கழுத்தை நெரித்து இந்நேரத்தில் என்ன வேலையெனக்கேட்க வேண்டும். அல்லது கண்ணைத் திறந்து, எழுந்து அமர்ந்து பயப்பட வேண்டும். நீர் அருந்த வேண்டும். கண்கள் மட்டும் திறக்க இயலவில்லை. உடலை அசைத்து எந்திரிக்க முடியவில்லை. உயிருள்ள உடலுக்கும் பிணத்துக்கும் இடைப்பட்ட காலம்தான் என அச்சம் மண்டைக்குள் ரசாயனத்தை பாய்ச்சியது. முதலில் வெண்மை திரவம். அடுத்து ஆவியான ஒளி. அசைதல் இருந்தது. போர்வைக்குள் அல்ல. மண்டைக்குள்.

பெண்ணின் குரல் (அ) சாயல் கொடுத்தால் உயிர் மிஞ்சும். அதற்க்கெல்லாம் வாய்ப்பில்லை என்பதுபோல் ஒரு சிறு ஒளிக்கீற்றை கழுத்தில் வைத்தாள். வெண்மையான ஒளி பரவசமூட்டியது. காலத்தின் மாறுதல்கள் அதனிடம் இல்லை. மூடியிருந்த கண்களின் உட்தோல்கள் காட்டிய எதிரொலிப்பா எனத் தெரியவில்லை. “உனது வாய் வேண்டும்” என்றது. கழுத்தில் இருந்து ஒளிக்கீற்றையை வாய்க்கு மாற்றி நேர்த்தியாக ஒரு கவிஞன் போல் வாயை வெட்டி தனியாக எடுத்தாள்.

ஒளியிலிருந்து ஆவியாக மேலே எழும்பிக்கொண்டிருந்த அவளது அழகான கைகளின் மீது என் வாய் இருந்தது. சற்று நேரம் அதையே பார்த்துக்கொண்டிருந்த அவள் முனகத் தொடங்கியிருந்தாள். கண் கலங்கியிருந்தது. அந்தப் பகுதியில் ஆவிப்போக்கு குறைவு. நீண்ட மௌனத்திற்கு பிறகு வாயைப் பார்த்து பேசத் தொடங்கினாள். "உன்னை பழிவாங்கத்தான் வந்தேன். இப்போதும் அதே காதல் இருப்பதால்தான் கவர்ந்து செல்கிறேன். கோபம் குறையவில்லை. நான் யார் என புரியாமல் தவிக்கிறேன். எனது அடையாளம் உன்னால் சிதைந்து விட்டது. இருப்பிற்கான எந்த அர்த்தமும் இல்லை. சண்டையிட நினைத்தேன். அதன் நீளத்தை மிகவும் குறுகியதாக்கினாய். அதேபோல் காதலும். குறுகியதாக்கிய பின் காதல் உருவாக சந்தர்ப்பம் ஏது?

முதலில் நன்றாகத்தான் இருந்தது. போகப்போக உணர்ந்தேன். இந்த ஒளியின் வெண்மை. அதன் கவர்ச்சி, வசீகரம் அனைத்தும் கருப்பாகத் தெரிகிறது. இந்த நிற உணர்தலுக்கு நீயே காரணம். ஏன் என்னிடம் முரண்படவில்லை? கோபித்துக் கொள்ளவில்லை? என் சிந்தனையை எப்படி அப்படியே ஏற்றுக்கொள்ள முடியும்? ஒரு முரண்பாடு கூட நிகழவில்லை என்பது சந்தோஷமாக இருந்தது. மறுக்கவில்லை. அப்புறம்தான் உண்மையை உணர்ந்துக்கொண்டேன்." கண்களைத் துடைத்துக்கொண்டு, "இதற்குள் உனக்கு ஒரு தண்டனையும் உள்ளது. உன் இடத்தைக் கவர்ந்ததன் காரணம் தெரியாது. உன் உடலில் இருந்து உன்னை பிரித்து தண்டித்து விட்டேன் என எண்ணினால் நான் முட்டாள். எனக்கு தெரியும் இதை மிகப்பெரிய விடுதலையாக எண்ணுவாய். ஓ- தண்டனை என்னவென்று தெரிய வேண்டுமா? நான் பேசுகிறேன். உன்னிடம் கண்களும் இல்லை, காதுகளும் இல்லை. ஒற்றை வாய். இரண்டு உதடுகள் அப்புறம் கொஞ்சம் பற்கள். அந்த நாக்கு. அதுதான் அனைத்துக்கும் காரணம்.

நான் கூறுவது உன்னிடம் வந்துசேர வாய்ப்பில்லை. சில நேரங்களில் நீ பேசிய காதல் வார்த்தைகள், அணைப்பு அதெல்லாம் எப்போதேனும் தேவைப்படலாம். அல்லாமலும் போகலாம். இரண்டாவது நடப்பதற்கே சாத்தியம் அதிகம்.

என் அடையாளத்தை இழந்துவிட்டேன். இப்போது நான் என்பதற்கான வரையறை தொலைந்துவிட்டது. எங்கே போய் தேடிக் கண்டிபிடிப்பது? நான் என்னிடம் பேசிக்கொண்டே வாழ்ந்ததுதான் காரணம். முதலில் கேட்டேன் இல்லையா? முரண்பாடு பற்றி. நான் எப்படி என்னிடம் முரண்படுவேன். நான்தான் உன்னிடம் பேசவே இல்லையே. உன்னிடம் பேசும்போதெல்லாம் நீ நானாகத்தானே மாறுகிறாய்? எனக்கு இது உணர நேரம் எடுத்தது. கிடைத்த ஒரே ஆறுதல் என்னவென்றால் ஒவ்வொருவரிடம் அவர்கள் வாயாக உன் வாய் மாறுகிறது. சில நேரங்களில் யோசிப்பதுண்டு. நானாக மாறுவதற்கு உன்னுடைய நோக்கம் என்னவென்று? இந்த சமூகம் முரண்பட்டால் உன்னை வெறுக்க வைக்க எனக்கு அழுத்தத்தை தருமில்லையா?”

உடலில் இருந்து வாயைப் பிரித்து தனிமைப் படுத்தப்பட்டிருப்பதை மறந்துவிட்டாள் போலும்.

இவ்வளவு பேசிக்கொண்டிருக்கிறேனே ஏன் இந்தக் கள்ள மௌனம் சாதிக்கிறாய்? ஏதாவது பேசித் தொலை. உண்மையாகவே பைத்தியம் பிடித்துவிடும் போல் உள்ளது. சிறிய இடைவெளிக்கு பின் அதிலென்ன சந்தேகம்? ஆம். பைத்தியம்தான்.

“நீ கூறுவது உண்மைதான், அதுமட்டுமல்லாமல் இதிலும் எந்த மாற்றுக் கருத்தும் எனக்கு கிடையாது, முழுமையாக ஏற்கிறேன்” என்றது. கொந்தளித்துப் போனாள். ஆண்டாண்டுக் காலமாக அப்படிச் சொல்லிக்கொண்டிருந்த வாயல்லவா? அதுதான் அப்படிச் சொல்வது போன்று அவளுக்கு தோன்றிற்று.

ஒளியில் இருந்து சொற்கள் நிதானமாகவும் பின் ஒருகட்டத்தில் சத்தமாக மாறியும் மண்டையை நிரப்பிக் கொண்டிருந்தன. வாயில்லாத இடத்தில் கையைக் கொண்டு தடவிப் பார்க்க வேண்டும் என்று தோன்றியது. கையை கொஞ்சமும் தூக்க இயலவில்லை.

ஓர் அறையின் கதவு திறக்கப்படுவது போல் உணர்ந்தேன். இருட்டாக இருந்த அறைக்குள் பிரகாசமான ஒளி படர்ந்திருந்தது. கண்ணாடி உடைந்து கீழே விழும் ஒலியுடன் வலியில்

முனகும் சத்தம். வாசல் வழியாக புத்தகங்கள் வெளியே வந்துக்கொண்டிருந்தது. இத்தனை கனமான புத்தகங்களை இவ்வளவு வேகத்தில் வீச மனிதர்களால் முடியாது. ஒளியானவள் அங்கு வந்தாள். வாயின் அருகே சென்று முறைத்துப் பார்த்துவிட்டு நேராக புத்தகக் குவியலில் அமர்ந்தாள். ஒவ்வொரு புத்தகமாகத் திறந்துப் பார்த்தவள் அனைத்து நூல்களின் கடைசி அட்டையை மட்டும் கிழிக்கத் துவங்கினாள். அத்தனை அட்டைகளையும் ஒன்றாக்கி தனது நெருப்பினால் எரியவிடத்துவங்கினாள். அதன்பின் அட்டைக்குறிப்புகள் அலறத் தொடங்கி பின்பு மௌனம் ஆனது. அறையின் வெப்பநிலை அதிகரித்தது. வாய் உலர்ந்து தாகம் எடுக்கத் துவங்கியது. தண்ணீர் நிரம்பி இருக்கும் பாத்திரத்தை அருகில் வைத்தாள். மீண்டும் கையை தூக்கி பார்த்தேன். ஹ்ம்ம்.

நூறு புத்தகங்கள் தரையில் சிதறிக் கிடந்தது. அட்டையில் சிரித்துக்கொண்டிருந்த போர்ஹேவின் மண்டையில் மட்டும் பலத்த காயம். ரத்தம் சொட்டி உறைந்துக் கொண்டிருந்தது. குருதியைக் கொண்டு ஒவ்வொரு புத்தகத்திலும் ஒட்டி இணைக்கத் துவங்கினாள். பெரும்பான்மையான நூல்கள் ஒட்ட மறுத்தது. அவளுக்கு காரணம் பிடிபடவில்லை. கோபத்தில் புத்தகங்களை அங்குமிங்கும் கடாசினாள். ஒரு நூல் கண்ணில் பட்டது. கண்ணாடி போட்ட ரஷ்ய எழுத்தாளரின் புத்தகம் அது. அவளுக்கு அதைப் பார்த்தவுடன் பயங்கரமாக மூச்சு வாங்கியது.

வெறியான ஒளியானவள் அதை தூக்கிக் கடாசினாள். இப்போது அந்த எழுத்தாளரின் குருதியில் எல்லா நூல்களும் வலுவாக ஒட்டத் தொடங்கியது. அவள் உயரமளவிற்கு பிரமாண்டமான ஒரே நூலாக மாறியது. முதல் பக்கத்தை திறந்தாள். ஒளியின் கண்கள் வாயையும், நூலின் ஒவ்வொரு பக்கத்தையும் மாறிமாறிப் பார்த்துக்கொண்டு வேகமாகத் திருப்பிக் கொண்டிருந்தது. படித்து முடிக்கையில் மூச்சு வாங்கியது. உடனடியாக முதல் பக்கத்தில் இருந்து ஒவ்வொரு எழுத்துக்களையும் கொலை செய்யத் தொடங்கினாள். உயிர் எழுத்துக்களை வெட்டியும், மெய் எழுத்துக்களைக்குத்தியும், உயிர்மெய் எழுத்துக்களைக் கழுத்தை நெரித்தும் படுகொலைகள் நடந்தது. போர்க்களத்தில் குலை உயிராகக் கிடக்கும் பிணங்கள்

போல் கிடந்தன. கடைசி பக்கம் வரை கொன்று முடித்தபோது மூன்று நாட்கள் ஆகியிருந்தது. மீண்டும் முதல் பக்கத்தை திறந்தபோது ஒவ்வொரு எழுத்துக்களும் உயிர்த்தெழுந்து காணப்பட்டது.

அறையின் வெப்பநிலை அதிகரித்தது. ஒட்டப்படாமல் தனித்துக் கிடந்த போர்ஹேவின் நூலருகில் நடந்து வந்தாள். முதலில் காயத்திற்கு மருந்து போடலாம் என ஏதோ ஒரு நூலில் இருந்து பக்கத்தைக் கிழித்து கட்டுப் போட்டாள். காகிதம் நைந்து போனது. காயம் இருக்கட்டும் என முதல் பக்கத்தை திறக்க முயன்றாள். எந்த அசைவும் இல்லை. என்னால் ஒரு நூலைக்கூட திறக்க முடியாதா என்ற பதற்றத்தில் இது ஒரு புத்தகமே இல்லை என உரக்கக் கத்தினாள்.

இங்கே எரிந்துகொண்டிருந்த நெருப்பின் நிறம் உனக்கு தெரிந்ததா? அல்லது கசியும் புகையின் நிறமாவது? அந்த நேரத்தில் தோன்றிய சிறிய அளவிலான பரிதாபம் பாத்திரத்தில் இருந்த நீரை வாயில் ஊற்ற வைத்தது. வாய்ப்பகுதில் நீர் ஊர்ந்து வடிவது போன்ற உணர்வு. இந்த தடவையும் கையை உயர்த்த இயலவில்லை. யார் துடைப்பது. சரி விட்டுவிடலாம் அனல் கக்கிக் கொண்டிருக்கும் அறையில் இப்போது இது துன்பம் அல்ல.

பெருந்துயருடன், “இவ்வுலகில் அனைவருக்கும் இருப்பது ஒரே சிந்தனை என்றாகிக் கொண்டிருக்கிறோமா” என்றாள். அப்போது பின்புறமாக இருந்த முகம்பார்க்கும் கண்ணாடியின் பிளாஸ்டிக் ஓரங்கள் உருகி கையாக மாறி கட்டியணைத்தது. பொறுக்க முடியாமல் மேஜையில் இருந்து துள்ளிக் குதித்து ஓடி வந்த பேனா, இல்லை. இல்லவே இல்லை என்று கூறிவிட்டு அவள் டயரியை திறந்து எழுதத் துவங்கியது. இதை ஒரு கனவாகவே உணர்ந்திருப்பாள். காரணம் நான் இப்போது வாயுள்ள மனிதனாக உணர்கிறேன்.

பதற்றமடைந்த அவள் எழுந்து வாயைத் தேடத் தொடங்கினாள். வாஷ் பேஷன், பல் துலக்கும் பிரஷ் அருகில், சாப்பிடும் தட்டுகள், பழங்கள் இருந்த குளிர்சாதனப் பெட்டி, நீர் அருந்தும் தம்ளர், மது அருந்தும் மொட்டை மாடி, எங்கும் இல்லை. மாடிப்படியில் இறங்கிக் கொண்டிருக்கையில் ஏதோ உறைத்தது. உடனே

76 | பற்றி எரியும் நரம்புகள்

அந்தரங்க உறுப்பருகில் கைவைத்து தடவினாள். அங்குமில்லை. யாராவது இங்கிருந்த வாயை பார்த்தீர்களா? ஜன்னல் வழியாகக் கேட்டாள். கடைசியாக அந்த பிருமாண்ட புத்தகத்தின் ஒவ்வொரு பக்கங்களாகத் தேடினாள். கடைசி பக்கம் வந்துவிட்டது. கொன்ற எழுத்துக்களில் ஒன்று மட்டும் உயிர்த்தெழவில்லை. அந்த வார்த்தையின் அர்த்தம் மாறிப்போனது. எங்கே போனது வாய்? உடனடியாக ஒரு பதிவாக எழுதி காணாமல் போன இடம், காலத்தைக் குறிப்பிட்டு முகநூலில் பதிவிட்டாள். ஒவ்வொருவரும் தங்களின் வாயை செல்பி படம் எடுத்து கமென்ட் செய்யத் தொடங்கினார்கள்.

ஒளியானவள் பேனாவைக் கண்டவுடன் ஓடிப்போய் டைரியை எடுத்துப் படிக்க துவங்கினாள்.

"நான் உன்னிடம் நீயாக பழகியதற்கு நோக்கம் அடையாளம் இழக்க செய்ய வேண்டும் என்பதல்ல. நீ உன்னிடம் மட்டுமே பழகிக் கொண்டிருந்ததற்கு காரணம் எதிரில் இருப்பவரின் புதிர்த்தன்மைதான், நான் முரண்படவில்லை என்பது உண்மைதான். காரணம் ஒவ்வொரு வினாடியும் என்னிடமே நான் முரண்படுகிறேன். இதில் இன்னொருவரிடம் முரண்படுவதில் அர்த்தம் இல்லை என்று தோன்றுகிறது. இந்த கருத்தும் கூட. நான் யார் என்பதே மறந்துப் போகையில் எதிரில் நிற்பவரிடம் தடுமாறக் கூடாது என எண்ணுகிறேன். ஒருவேளை மன நோயாளி என்று நினைத்து விடலாம் என்ற பயம் வேறு. எதிரில் நிற்பவரின் எதிர்வினையில் நம்மிடம் என்ன எதிர்பார்க்கிறார் என மூளைக்கு தெரிந்துவிடுகிறது. அதை கொடுக்காமல் எதிராளியை அதிருப்தியடையச் செய்ய துளியும் விருப்பம் இல்லை. எதிர்பார்க்கும் தரத்திற்கு இன்னும் ஒருபடி அளிக்கும் போது, அடடா அடிமை சிக்கி விட்டதாக நினைத்தால் என்ன பண்ணுவது? இனிமேல் நான் நானாக இயங்க வேண்டும் அதற்கு ஒரு உயிருடன் பழகலாம் என்று முடிவெடுத்து பழகினேன். அது என்னிடமிருந்து விலகியது. என் கணிப்பு சரிதான் என்று தோன்றியது. இதற்கு மேல் பேனாவாக வாழ்வதன் சௌகரியத்தை நான் கூற விழைகிறேன்"

வாசிக்க, வாசிக்க பின்னிருந்து மறைந்துக் கொண்டிருந்த எழுத்துக்கள் முன்னிருந்து மறையத் துவங்கியது. பாத்திரத்தில் இருந்த நீரை அள்ளி ஒளியானவள் தலையில் ஊற்றத் தொடங்கினாள். சில இடங்களில் நிறம் தோன்றி மறைவது போன்று இருந்தது. கொஞ்சம் கொஞ்சமாக நிறம் தெரியத் தொடங்கியது. நிறத்தின் பளிச்சிடும் தன்மை அதிகரித்துக்கொண்டே சென்றது. கடைசியில் வெளிர் தன்மையுடன் தன் உடல் போன்று ஒளியாகவே மாறி நிறமிழந்தது. கடைசியில் எதிலும் நான் என்ற தெளிவு கிடைத்தது.

வாயைத் தேடுவதற்காக ஜன்னலை திறந்தபோது மூட மறந்துவிட்டாள் போலும். வேகவேகமாக வெளியில் நின்ற மரத்தின் கிளை ஜன்னல் வழியாக வளர்ந்து வீட்டுக்குள் புகுந்தது. அதில் இருக்கும் பச்சை நிறம் மட்டும் கண்ணுக்குத் தெரிந்தது. மற்ற அனைத்து நிறங்களும் ஒளியாக இருந்தது. அதன் இலையில் ஏறி அமர்ந்துக் கொண்டாள். அந்தக் கிளையில் பார்க்கப் புழு போன்ற உயிரினம் ஊர்ந்து வந்தது. காலத்தை முன்பின் நகர்த்தும் தொழில்நுட்பம் வேண்டும் என்று கேட்டாள். இதுவரை சிந்தித்து, அனைத்தும் அர்த்தமிழந்து விடும் என ஐந்து சொன்னது. எவ்வளவோ கேட்டும் மௌனத்தை இறுக்கமாகக் கட்டிக்கொண்டது. அந்த வாய்தான் தன்னுடைய உருவத்தை மாற்றிக்கொண்டு நடிப்பதாகத் தோன்றியது. பச்சை நிறத்துடன் வாழ்வதும் சலித்துப் போனது. என் உறக்கம் இன்னும் கலையவில்லை. கோடைக் காலத்தில் இலைகள் பட்டுப்போகத் தொடங்கின. உதிர்ந்த இலைகளோடு ஒளியானவள் மாயமாக மறைந்து போனாள்.

தோன்றிய அமைதி நீண்ட நேரம் நீடிக்கவில்லை. அருகில் யாரோ பறந்து சுற்றி வருவது போன்ற சத்தம். ஆம், அந்த டயரிக்கு சிறகு முளைத்திருந்தது. கையில் பிளேடுடன் என்னை நோக்கி வேகமாக நடந்து வந்துக்கொண்டிருந்தது. நான் காதை இறுக்கமாக மூடிக்கொண்டேன்.

நீலம், மே 2022

கறை படியும் கவசங்கள்

எல்லா முகங்களும் மேலும் கீழுமாக லேசான அசைவுடன் இருந்தது. ஊர்சாலைகளில் போகையில் தலைகள் பேயாட்டம் ஆடும். அதற்கு இந்த நகரம் பரவாயில்லை எனலாம். சகப் பயணிகளின் முகத்தோல்களில் எண்ணெய் பிசுபிசுப்புடன் கண்களில் வற்றாத சோகமும் சேர்ந்திருந்தது. நெடுந்தூரப் பிரயாணங்கள் என்பதால் அசதியாக இருக்கும் என ஊர்ஜிதப்படுத்திக்கொண்டு அதிகாலைநேரச் சென்னையைக் கவனிக்க தொடங்கினேன். ஏன் இந்த பஸ்ஸில் மட்டும் கூட்டம் அதிகமாக உள்ளது என்ற கேள்வி உள்ளுக்குள் எழுந்தது. டீக்கடைகள், மருத்துவமனைகள், சினிமா கேரவன் வண்டிகள், பேப்பர் எடுத்துச் செல்லும் சிறுவர்கள் என அனைத்தையும் கவனித்துக் கொண்டிருந்தேன். தூரம் போகப்போக சென்னையைக் கவனிப்பதைத் தவிர்த்து மனிதர்கள்மேல் கவனம் குவிந்தது. இந்த மனிதர்களின் அசதியும், களைப்பும், சோகமும் என்மீது சேர்ந்து இறங்குவதாய் நினைத்துக்கொண்டேன். பஸ் சின்னமலையைக் கடந்தாலும் கூட்டம் குறையவில்லை. ரோட்டோர மஞ்சள் விளக்குகளின் வெளிச்சத்தை மீறி இயற்கையொளி மெல்லப் படர்ந்து விரியத் தொடங்கியிருந்தது.

சி.எல்.ஆர்.ஐ பேருந்து நிறுத்தம் வந்தபோது பஸ்ஸில் இருந்த அனைவரும் இறங்கத் தொடங்கினர். திருவான்மியூர் என்று போர்டு வைத்திருந்தார்களே...! இதற்குமேல் பஸ் போகாதா என ஐயம் எழுந்தது. இறங்கிய மனிதர்கள் அனைவரும் ரோட்டைக் கடந்துசென்று மறுப்பக்கம் இருக்கும் அடையாறு கேன்சர் இன்ஸ்டிடியூட் மருத்துவமனைக்குள் சாரைசாரையாக நுழைந்துக்கொண்டிருந்தனர். பஸ் கிளம்பியது. பஸ்ஸில் திரும்பிப் பார்த்தேன். நான் உட்பட நான்கைந்து பேர் மட்டுமே இருந்தோம். பஸ் கிளம்பும்வரை சாலையைக் கடக்கும் மனிதர்களைப் பார்த்துக்கொண்டே இருந்தேன். காலைநேர வெக்கையுடன்

கடந்துசென்ற மனிதர்களின் அகத்துயர்களும் ஒன்றாகி ஒட்டுமொத்த பிரமாண்ட வடிவ துன்பமாய் என்மீது படிந்துருகி விழுந்துக்கொண்டிருந்தது. அந்த பிரமாண்ட துன்பத்துடன் தனிப்பட்ட துயர்களை ஒப்புமைப்படுத்தியதன் விளைவால் என் துயரங்களின் வீரியம் குறைந்துப் போனதையும் உணர்ந்தேன். பஸ் வேகமாகச் சென்றதால் குளிர்க்காற்று வேகமாகத் தீண்டியது. அந்த ஏகாந்த உணர்தலில் திளைத்துப்போன உணர்வு. மனிதர்கள் அல்லாத மரங்கள் படர்ந்த சாலை என்பது எதேச்சையான ஒன்றாகத் தோன்றவில்லை. காரணம் மனிதர்கள் அல்லாத அல்லது அவர்கள் அங்கே குடியேறாத இடமாக அந்த இடம் வைக்கப்பட்டிருந்ததால்தானே எனக்கு அந்தக் குளிர் காற்று வந்து தீண்டியது.

வெளிச்சம் பரவியிருந்தது. பஸ்ஸை விட்டு இறங்கினேன். இருவழிச் சாலையை ஒருவழிச் சாலையாக மாற்றியிருந்தார்கள். இந்தியாவில் வைரஸ் இறக்குமதி ஆன காரணத்தினால் ஒருவழிச் சாலை முழுவதும் மனித இடைவெளியை வலியுறுத்தும் வண்ணம் விழிப்புணர்வு ஊர்வலம் நடைபெற்றுக் கொண்டிருந்தது. பதாகை ஏந்தி, முகத்தில் மாஸ்க், செந்நிற தொப்பிகளுடன் சிறியவர்களும் பெரியவர்களுமாக நடந்துக் கொண்டிருந்தனர். இன்னும் சில தினங்களில் கொடிய வைரஸ் சமூகப் பரவலாகி எண்ணற்ற உயிர்களைக் காவுவாங்கப் போகிறது என்றார்கள். அதனால் அரசாங்களும் ஓரிரு நாட்களில் ஊரடங்கை அறிவிக்கலாம் என்று தகவல். மிகப்பெரிய ஆபத்தை மனிதர் உலகம் அறியச் செய்யும் வண்ணமாக விழிப்புணர்வு பேரணியில் கலந்துக்கொண்ட மனிதர்களின் முகத்தில், அவர்கள் செயல்படுவதற்கான காரணத்தில் துக்கம் படிந்திருந்தாலும், அவர்கள் அதனை எதிர்க்கும்பொருட்டு புரியும் செயல்பாடுகளினால் பெரிய அகமகிழ்ச்சியோடு இருப்பதாக உணர்ந்தேன். அது என்னை அந்தப் பேரணியில் இடைவெளி இல்லாமல், தொப்பி போடாமல், மாஸ்க் அணியாமல் என்னையும் அழைத்துச் சென்றது. அவர்களில் நான் மட்டும் மன மகிழ்வு அற்றவனாக, நான் மட்டும் தன்னந்தனியனாக நின்றுக்கொண்டிருந்தேன். ஒரேயொரு செவலைநிற நாய் மட்டும் அருகில் நிற்பதைத் தவிர சுற்றியிருக்கும் வேறேதும் என் கண்ணிற்கு

தெரியவில்லை. அப்படியே மூச்சை உள்ளிழுத்து தலையை மேல்தூக்கி ஒரு நொடி இமைகளை மூடி அந்த நாயை மீண்டும் பார்த்தபோது அதன் தலைப்பகுதி மர நாயாகவும், வால்பகுதி புனுகாகவும் உருமாற்றம் அடைந்திருந்தது.

2

கொடிய வைரஸுக்கு எதிரான முன்னெடுப்பில் முதல் கட்டமாக அடுத்த நான்கு நாட்கள் முழு ஊரடங்கு அறிவிக்கப்பட்டது. தேவையான மளிகை, காய்கறி, சானிடைசர், மாஸ்க், டெட்டால். ஹேன்ட் வாஷ், ஒரு வாரத்திற்கு தேவையான சிகரெட் என அனைத்தையும் வாங்கிக்கொண்டு வீட்டினுள் நுழைந்தேன். கதவை வேகமாக அடைத்த சப்தத்தின் எதிரொலி என் காதில் விழுந்துக்கொண்டே இருந்தது. அது என் மனதில் தோன்றிய பயம்தான் என அப்போது உணர்ந்தேன். அதற்கான காரணமும் அறிந்ததே. கூட்டத்தோடு இருக்கையில் பாதுகாப்பின்மையாக உணர்வது புதிதல்ல ஆயினும் பழக்கப்பட்டிருந்தேன். இன்று அனைவரும் அப்படியே உணர்வது என்ன அதற்கு அடுத்த நிலைக்கு இட்டு சென்றது.

அறையினுள் பேரமைதியில் நின்றுக்கொண்டு நான்கு சுவர்களையும் திரும்பிப் பார்த்தேன். இனி வரப்போகும் நாட்கள் அனைத்தும் இந்த நான்கு சுவர்களுக்குள் தனியாக வாழப்போகிறேன். வாங்கிய பொருட்களை அலமாரியில் சரியாக அடுக்கி வைத்தேன். அரிசியை மட்டும் அலமாரியின் கீழ் அறையின் மூடையில் நன்றாக முடிச்சுகள் போட்டு கட்டிவைத்தேன். ராத்திரியானால் சின்னச்சின்ன கரப்பான் பூச்சிகள் வருவதால் இத்தனை முடிச்சுக்கள். பருப்பு, உளுந்து ஆகியவற்றை பாட்டிலில் தட்டி வைத்துவிட்டு பாலித்தீன் கவர்களை எதற்காவது உபயோகப்படும் என ஒதுக்கி வைத்தேன். ரொட்டி பாக்கெட்டுகளையும், ஜாமையும் குளிர்சாதனப் பெட்டியில் அடுக்கி வைத்தேன். பால் பாக்கெட்டுகளை ஃப்ரீசரில் வைத்தபோது, அனைத்திலும் ஓர் அவசரத்தை என்னால் உணர முடிந்தது. காபி பொடி ஒரு மாதத்திற்கு போதும். முட்டைகளை உடையாதவாறு பொறுமையாக எடுத்து வைத்தேன். ஏதோ ஒரு

மூச்சு முட்டல். தொண்டையிலிருந்து குமட்டல். ஆம், மாஸ்கை கழற்ற மறந்திருந்தேன். ஆகா...! என ஆசுவாசமடைந்து ஒரு மிடறு நீரை அருந்திவிட்டு கண்ணயர்ந்தேன்.

தூக்கம் கலைந்து கண் விழிக்கையில் மாலை ஏழு மணி ஆகியிருந்தது. பால்கனியில் நின்று தெருவைப் பார்த்தேன். மழை இரவுகளில் கருமேகங்களினால் நட்சத்திரங்கள் இல்லாமல் தெரியும் அத்துவான வெளி போல் தெரு காணப்பட்டது. அந்தத் தெரு வீடுகளின் கதவு, ஜன்னல்கள் அனைத்தும் மூடப்பட்டிருந்தது. செல்போனில் பாட்டை ஒலிக்கவிட்டு வீட்டைச் சுத்தப்படுத்த முதலில் கழிவறையிலிருந்து துவங்கினேன். ஹார்பிக்கில் நன்றாக ஊற வைத்த க்ளோசெட்டை ப்ரெஷ்ஷினால் நன்றாகத் தேய்த்துத் துடைத்துக் கொண்டிருந்தபோது, சட்டை பாக்கெட்டிலிருந்த செல்போன் க்ளோசெட்டில் விழுந்தது.

பெனாயிலின் நுரை வெண்ணிறமாகக் கொப்பளித்துக் கொண்டிருந்த துளையில் மூழ்கி மறைந்தது. உறைந்துபோய் நிற்க வாய்ப்பிருந்தும், அதற்கு இப்போது நேரமில்லை என உணர்ந்து பருப்பு வாங்கிய பாலித்தீன் கவருக்குள் கையை நுழைத்து துளையினுள் கைவிட்டு செல்போனை எடுத்தேன்.

நீரும், பெனாயில் ரசாயனத்திற்குள் செல்போன் ஊறியிருந்தது. இதை இதற்குமேல் நல்ல நீரில் கழுவ முடியாது. ஒரு பழைய சட்டையை எடுத்தேன். அது இன்னும் ஓரிரு மாதங்கள் அலுவலகத்திற்குபோட்டுச் செல்லலாம் என எண்ணிய சட்டைதான். சட்டை போட ஊரடங்கு முடியும் என நம்பிக்கை வரவில்லை. அதனை எடுத்து நன்றாகத் துடைத்தேன். துடைத்து விட்டு ஆன் செய்து பார்த்தபோது, நினைத்த மாதிரியே நடந்தது. எப்போதும் இதமான சூட்டோடு இருக்கும் செல்போன் குளிர்ந்து போயிருந்தது.

அழுக்கேறிய கண்ணாடி சீசா ஒன்றில் சிறிதளவு சோப்பு நீரைக் கலக்கி, அதை தொட்டுத்தொட்டுச் சுத்தம் செய்து, தூய்மைப்படுத்திய பின் மீண்டும் துடைத்தேன். மேஜையில் வைத்து டேபிள் ஃபேன் காற்று நேராக செல்போனில் வீசுமாறு வைத்தேன். காய வைத்துவிட்டு செல்போனையே பார்த்துக்

கொண்டிருந்தபோது என் மனதில் ஓடிக்கொண்டிருந்த ஒன்றே ஒன்று இதுதான். "ஊரடங்கு நாட்களில் செல்போன் இல்லாமல் எப்படி வாழப்போகிறேன்...?" ஆழமான மனசோர்வு என்னை ஆக்கிரமித்திருந்தது. பொறியியல் இறுதியாண்டு படிக்கும் தெரிந்த ஒருவரின் மகனுக்காக லேப்டாப்பை அளிக்க வேண்டியதாகப் போயிற்று. மளிகை, காய்கறி கடைகள் தவிர எந்தக் கடையும் திறக்க மாட்டார்கள். ஆன்லைனில் புதிய செல்போன்கள் வாங்க தடை செய்யப்பட்டுள்ளது. டிஸ்ப்ளே ஓரம் நீர் கசிந்திருந்தது. அரிசி மூடையின் முடிச்சுக்களை அவிழ்த்து அரிசிக்குள் செல்போனை புதைத்து வைத்து மூடையை நன்றாக இறுக்கிக் கட்டினேன்.

நான் செய்வதற்கு எதுவுமற்றவனாக மாறிப்போயிருந்தேன். தூக்கம் வரவில்லை. நள்ளிரவு தாண்டியது. லேசாக என்னை அறியாமல் கண்ணயர்ந்த போது உள்ளத்தில் சலனத்தை உணர்ந்தேன். சரிந்து படுத்தபோது என்முன்னே ஏதோ ஒன்று ஊர்ந்து செல்வதின் நிழல் முகத்தில் விழுவதை உணர முடிந்தது. அதன்பின் கால் விரலிலிருந்து மயிர்கால்களை லேசாக உரசும் வண்ணம், கிளுகிளுப்படைய வைப்பது போலிருந்தது. போர்வையை நன்றாக இழுத்து மூடிக்கொண்டேன். ஏதோ மிகப்பெரிய கனம் என்மீது ஏறுவதை என்னால் உணர முடிந்தது. இப்படியொரு கனத்தை என் வாழ்நாளில் உணர்ந்ததில்லை. இந்த கனத்தை நான் சுமப்பது நிறைவேறாத கனவாகவே இருந்தது. அதனால் இதுவும் கனவாகவே இருக்கக்கூடும் என மனம் எண்ண எத்தனித்தது. அப்போது குறியில் ஏதோ திரவத் தன்மையுள்ள உராய்வு ஏற்பட்டு முதுகுத்தண்டு சில்லிட்டது. அப்போதுதான் கண் விழித்துப்பார்த்தேன். போர்வை உப்பிப்போய் நிறைமாத கர்ப்பிணியின் வயிற்றை விட பிரமாண்டமாக இருந்தது. பதறிப்போய் போர்வையை விலக்கிப் பார்த்தேன். மின்சாரம் பாய்வது போல் இரு மின்கம்பிகள் முன்னே நீண்டது. வெல்வெட் தோலை போர்த்திக்கொண்டு அது என்னைப் பார்த்துக்கொண்டிருந்தது. சுருண்டு படுத்திருந்த அந்த மலைப்பாம்பின் சிறிய கண்கள் அந்த கும்மிருட்டிலும் பளிச்சென்று மினுங்கியது.

3

அரிசி மூடை கட்டவிழ்க்கப்பட்டிருந்தது. நானும் மலைப்பாம்பும் தன்னந்தனியாக வீட்டில் இருந்தோம். அதன் வால் முகப்பு அறையிலும், தலை படுக்கும் அறையிலும் இருந்தது. நான் படுக்கையறையில் இருந்தேன். பார்க்க அவ்வளவு பிரமாண்டமாக இருந்தது. அதன் தலையை மெல்ல வருடினேன். அப்போது அதற்கு கிடைத்த உற்சாகத்தை என்னால் பார்க்க முடியவில்லை. ஏனெனில் நான் முகப்பு அறையில் இல்லை. கொஞ்சம் நேரத்தில் அதன் கண்கள் பசியால் சொக்கியதோ என உணர்ந்தேன். அதற்கு என்ன சாப்பிட அளிப்பது..?, வாங்கிய பொருட்களை அது சாப்பிடுமெனில் கூட ஒருநாள் போதாதே. இந்த வீட்டில் அதற்கான உணவாக இருப்பது நான் மட்டுமே. அதுவும் ஒருநாள் அல்லது சரிவிகித அளவில் எடுத்துக்கொள்ளுமேயானால் மூன்று நாள். ஆடு, மனிதன், கோழி மற்றும் இன்னபிற விலங்குகளை தவிர வேறு என்ன உண்ணும் என இணைய தளத்திலும் பார்க்க முடியாது. விடியவிடிய இருவரும் கொட்டக்கொட்ட கண் விழித்திருந்தோம்.

வானம் வெளுக்கத் துவங்கிய போது கண்ணயர்ந்தேன். தூங்கி எழுந்தபோது மணி மூன்று ஆனது. மலைப்பாம்பு எங்கேயென தேடியபோது காணவில்லை. வீடு முழுவதும் தேடினேன். எங்கேயும் இல்லை. வெளியே பார்த்தேன். சில மனிதர்கள் அரசின் ஊரடங்கை மதிக்காமல் விழிப்புணர்வற்று சுற்றிக் கொண்டிருந்தார்கள். தூங்கும் முன்புவரை என் அருகே இருந்த மலைப்பாம்பு எங்கே போனது என்று குழப்பத்துடன் உட்கார்ந்திருந்தேன். அப்போதுதான் அந்த உணர்வு ஏற்பட்டது கீழ் அலமாரியில் இருந்த அரிசி மூடையைப் பார்த்தேன். அது நிறைய முடிச்சுகளுடன் இறுக்கிக் கட்டப்பட்டிருந்தது. நான் போட்ட அதே முடிச்சுகள். அவசர, அவசரமாக முடிச்சுக்களை அவிழ்க்கத் தொடங்கினேன். எந்த முடிச்சும் அவிழவில்லை. பின் நிதானமாக ஒவ்வொரு முடிச்சுகளையும் ஒன்றன்பின் ஒன்றாக அவிழ்த்தேன். ஒருவழியாக அவிழ்த்து முடித்து கையை உள்ளே விட்டேன். நன்றாகக் கையைவிட்டு குடைந்து பார்த்தேன். செல்போன் அகப்பட்டது. நேற்றைவிட சற்று சூடேறிக் காணப்பட்டாலும்

‘ஆன்’ ஆகவில்லை. மீண்டும் அரிசியினுள் வைத்துப் புதைத்து, இறுக்கி அதே முடிச்சுக்களோடு கட்டிவிட்டேன்.

ஒவ்வொரு காலகட்டங்களிலும் ஒவ்வொரு காட்சிப் படிமங்கள் கனவுகளாக வருவதுண்டு. அது கொஞ்சம் காலம் தொடர்ந்து வரும். சில இட மாறுதல்களில் நம் பிரக்ஞையின்றி கடந்து போவதுமுண்டு. இன்று அந்தித் தொடங்கும்முன் கண்ட பகல்கனவு சோர்வுக்குள் ஆக்கி என்னை ஆக்கிரமித்துக் கொண்டே இருந்தது. அது ஒரு துர்காட்சி கொண்ட கனவு. நிறைமாத கர்ப்பிணி ஒருத்தி நிர்வாணமாக மின்விசிறியில் தூக்குப்போட்டு தொங்கிக்கொண்டிருக்கிறாள். அவள் யோனியிலிருந்து குருதித் துளிகள் சொட்டுச்சொட்டாக என் முகத்தின் மீது விழுந்தன.

கையினால் குருதித்துளிகளை தடுத்துப் பார்க்கிறேன். என்னென்னவோ செய்தும் பார்க்கின்றோம். முயற்சி படுதோல்வி அடைகிறது. என்மீது ரத்தக்கறை படிவதை என்னால் தடுக்க முடியவில்லை. அந்த ரத்த வாடை என் மூக்கில் சென்றுக்கொண்டே இருக்கிறது. பகல் முழுவதும் குருதி வாடை என்னை மயக்கத்தில் வைத்திருந்ததால் அந்த வாடையில் இருந்து தப்பிக்க கொடிய வைரஸுக்காக வாங்கிய மாஸ்க்கை வீட்டினுள் அணிந்துக்கொண்டேன். அது சற்று சிரமமாகத்தான் இருந்தது. பகல் மங்கி இரவாக, குருதி வீச்சம் என்னைவிட்டு மெல்ல அகன்று சென்றது. அவ்வப்போது மாஸ்கை அகற்றிப் பார்த்து உணர்ந்துக் கொண்டேன். நேரம் செல்லச்செல்ல வாடை அறையை விட்டு செல்கிறது.

ஒரு கட்டத்தில் அந்த வாடை முழுவதும் மறைந்துப்போனது. மாஸ்கை கழற்றிக்கொண்டு நன்றாக இழுத்து காற்றை முகர்ந்தேன். குருதி வாடை இல்லை. முகப்பு அறைக்கு வந்தேன். அங்கே மலைப்பாம்பு என்னைப் பார்த்து நின்றுக்கொண்டிருந்தது. தலையைத் திருப்பி அரிசி மூடையைப் பார்த்தேன். கட்டவிழ்க்கப் பட்டிருந்தது. ஒரு பயங்கரப் புத்துணர்வுடன் கூடிய பரவசம் என்னில் பரவுவதை தனியாக உணர முடிந்தது. அப்படியே அமர்ந்து அதனைப் பார்த்தேன். அதன் உடலைப் பார்த்தபோது அதிர்ச்சியடைந்தேன். காரணம் நேற்று இருந்த அளவில் அது

இல்லை. அதன் கால்பங்கு எடை அளவிற்கு குறைந்து மெலிந்துக் காணப்பட்டது. அதற்கு உணவு அளிக்காததால்தான் இப்படி ஆயிற்று எனக் குற்ற உணர்வு அடைந்தேன். இதற்கான முழுக் குற்றத்தை நான் சுமந்துக்கொண்டு அதன்முன் அமர்ந்து தலையை மெல்ல வருடினேன். அதன் கண்களில் நான் இருப்பதை அப்போதுதான் பார்த்தேன். அவ்வளவு கரிய கண்கள்.

உடம்பின் செதில்கள் அனைத்தும் அவ்வளவு கச்சிதமாக நவீன ஓவியம் போல் செதுக்கப்பட்டிருந்தது. ஒவ்வொரு செதில்களின் அளவும் ஒரே அளவில் இருந்தது. அந்த தோலின் நிறம், மற்றும் அழகை ரசிக்க அளவான வெளிச்சம்தான் வேண்டும். அதற்கான வெளிச்சம் எந்த திசையில் இருந்து வந்தால் அதன் முழு அழகை ரசிக்க முடியும்..? உடனே மெழுவர்த்தியைக் கொளுத்தி அதற்கு ஏற்றவாறு வெளிச்சத்தை வலப்பக்கத்தில் இருந்து அதனை நோக்கிப் பாய்ச்சினேன். ஓர் அழகான சிற்பம், ஓவியம் இரண்டையும் கலந்த நுண்கலையை தரிசிக்க முடிந்தது. அப்போது அந்த மலைப்பாம்பு தன் நிலத்தை சுமந்துக் கொண்டிருப்பது உணர முடிந்தது. அதனுள் எந்த அந்நியத்தன்மையும் இல்லை. அது அசலான இந்தியச் சாயல் கொண்ட மலைப்பாம்பு. அதிலும் தென்னிந்தியச் சாயல் அதற்கு இருந்தது. மேற்குத்தொடர்ச்சி மலைகளில் வாழ்ந்திருக்கலாம் எனச் சிந்தனையில் அசைபோட்டுக் கொண்டிருந்தேன். அதன் மின்கம்பிகள் என்னை நோக்கி அச்சுறுத்த முனைந்தது. நான் புன்னகைத்துக் கொண்டேன். உடனே ஃப்ரிட்ஜில் வைத்த ரொட்டித் துண்டுகளை ஓரத்தில் இருக்கும் செவலைநிற தோல்களை அகற்றி சிறுசிறு துண்டுகளாக ஒரு பாத்திரத்தில் பிய்த்துப் போட்டேன். மாலையில் ஐஸ் கட்டி ஆகியிருந்த பால் பாக்கெட்டை சாதாரண நீரில் ஊற வைத்திருந்தேன். மேலும் கடகடவென முட்டைகளை உடைத்து ஊற்றி, நீரில் போட்டிருந்த பாலை எடுத்து கலக்கலாம் என எடுத்தேன். பச்சைப் பால் குடித்தால் பாம்புக்கு ஏதாவது தொற்றுப் பிரச்சனை வந்துவிடும் என உள்ளம் கூறியது. அதென்ன ரெண்டு நிமிஷம் ஆகப்போகிறது என்று நன்றாகச் சுண்ட பாலைக் காய்ச்சி எடுத்து, அதை ரொட்டிக் கூழில் கலந்து உருட்டி எடுத்தேன். அதை பெரிதாக உருட்டி அதன் முன்பே எடுத்து வைத்தேன். அது ரொட்டி உருண்டையையே பார்த்துக் கொண்டிருந்தது. நான் அதையே பார்த்துக் கொண்டிருந்தேன்.

சாப்பிடச் சொல்லி எவ்வளவு வற்புறுத்திய பின்னும், என்னால் சாப்பிட வைக்க முடியவில்லை. ஒருவேளை நான் சாப்பிடவில்லை என்று உண்ணாமல் இருக்கிறதா என நினைத்து, கொஞ்சமாகப் பிய்த்து எடுத்து உண்டேன். அப்போதும் அது சாப்பிடாமல் என்னையே பார்த்துக்கொண்டிருந்தது. இரவு முழுவதும் ஒருவரையொருவர் பார்த்துக்கொண்டு மட்டும் இருந்தோம். ஆனால் மனதில் சமாதானம் இருந்தது. நேர்மறையான அதிர்வலைகள் என்னைச் சுற்றுவதாக உணர்ந்தேன். ஆம், மெல்லக் கால் வழியாக ஏறி இடுப்பு, முதுகு, கழுத்து எனச் சுற்றிக்கொண்டது. அந்த இதமும், மலைப்பாம்பின் கதகதப்பும் என்னைப் பரிசுத்தமாக உணரச் செய்தது. அது என்னைச் சுற்றிக்கொள்ளும் போதெல்லாம் அடர்ந்த மலைக்காட்டினுள் சென்று நுகர்தலின் போது கிடைக்கும் மூலிகை வாசம் எப்போதும் எனக்கு கிடைக்கும்.

அந்தக் கனவின் இறுதியில் பதற்றத்துடன் கண்விழித்தேன், குடலைப் புரட்டும் அளவிற்கு குருதி வாடை. பிணவறையில் இருந்து கழிவறைக்கு தாவுவது போல் நேராக பாத்ரூமில் சென்று வாந்தி எடுத்தேன். குருதி வாடை அறையெங்கும் பரவியிருந்தது. மாஸ்கை அணிந்துக்கொண்டு குப்புறப் படுத்துக்கொண்டேன். போர்வையை விலக்கிப் பார்த்தபோது ரொட்டி உருண்டை இல்லை. மலைப்பாம்பும் இல்லை, அரிசி மூட்டை கட்டப்பட்டிருந்தது.

மூன்றாவது நாள் இரவில் நான் கொஞ்சம் சமநிலையுடன் இருப்பதாகவே எண்ணினேன். உணர்வுகள் என்னை மீறிச் செல்லவில்லை. நான் தனிமைப்படுத்திக் கொண்டதில் என் உணர்வின் சமமின்மை அதிகரிக்கும் என்ற எண்ணம் தவிடுபொடியாகி இருந்தது. அதையுணர்ந்த தருணம் முதலே அந்த மலைப்பாம்பிற்காகக் காத்திருக்கத் தொடங்கினேன். என் மூச்சுக்காற்று சீரற்று காணப்பட்டது. நிமிர்ந்து உட்கார்ந்தேன். பத்மாசன நிலையில் கால்களை மடக்கிக்கொண்டு கண்களை மூடி, மூச்சை இழுத்து விட்டபோது முதுகிலிருந்து ஊர்ந்து மேலே நகர்வதை என்னால் உணர முடிந்தது. என் எதிரே ஒரு முகம் பார்க்கும் கண்ணாடி இருந்தது. அதில் பார்ப்பதற்காகக் காத்திருந்தேன். என் உடலைச் சுற்றும் என எதிர்பார்த்துக்

கொண்டிருந்த எனக்கு ஏமாற்றம், காரணம் அது என் கழுத்தை மட்டுமே சுற்றியது. கண்ணாடியில் பார்த்தபோது பரமசிவன் மட்டுமே தெரிந்தார். நான் இப்படி நடக்கும் என்று சற்றும் எதிர்பார்க்கவில்லை. அதன் உடல் நான்கு மடங்கு சுருங்கிப்போய் மெலிந்து ஒரு சாரைப்பாம்பு அளவை விட சிறியதாகவும், ஓட்டுப்பாம்பை விட கொஞ்சம் பெரியதாகவும் இருந்தது. நான் கடவுளாக உணர முடியாத கோபத்தில் கண்ணாடியை ஓங்கி உடைத்தேன். சில்லுசில்லாகக் கண்ணாடி உடைந்து சிதறியது. என் கையில் குருதித்துளிகள் தரையில் சொட்டிக்கொண்டே இருந்தது. காரணம் புரியாமல் யோசித்துக்கொண்டே இருந்தேன். அரிசி மூடை முடிச்சுக்கள் அவிழ்க்கப்பட்டாலும் சிறிதளவே திறந்து காணப்பட்டது. அந்த இரவில் குருதி வாடை இல்லை என்றாலும் ஏகாந்தமான மனநிலை இல்லை. அது என் கழுத்திலிருந்து கீழே இறங்கியது. அது இப்போது மலைப்பாம்பு இல்லை. அதற்குள் ராஜநாகத்தின் கொடிய விஷம் கூட இருக்கலாம் என்று எண்ணினேன். ஏனென்றால் முன்பைவிட அதன் வேகம் அதிகரித்து காணப்பட்டது. அது என்னிடமிருந்து வெளியேறி படுக்கையறைக்குள் புகுந்தது.

மகிழ்ச்சியும், கவலையும் மாறிமாறி கட்டுக்குள் வந்த அதிசயம் அப்போது நிகழ்ந்து கொண்டிருந்தது. அதன் நிலையைக் கண்டு கொஞ்சம் வருத்தமடைந்த நான், என்னுள் நடக்கும் மாறுதல்களை உணர்ந்தபடியினால், எனக்குள் இருந்த மற்றொரு நான் விழித்துக்கொண்டது. அது என்னிடம் "அந்தப் பாம்பை விடாதே, அடித்துக் கொன்றுவிடு, அது ராஜநாகத்தை விட கொடிய விஷத்தை கொண்டது, அது இன்றைக்கு கண்டிப்பாக உன்னைக் கொன்றுவிடும், இப்போது அது மலைப்பாம்பு அல்ல" என்றான். நான் விறுவிறுவென ரூல்தடியைத் தேடி எடுத்துக்கொண்டு பாம்பை தேடினேன். கையில் கட்டையோடு நிற்கும் என்னைக் கண்ணெடுக்காமல் பார்த்துக்கொண்டே இருந்தது. என்னைக் கொன்றிருக்க வேண்டும் என்றால் முதல்நாள் கொடூர பசியில் விழுங்கிக் கொன்றிருக்க வேண்டுமே, அப்போது அதன் வயிறு இதைவிட பலமடங்கு. அப்போது கொல்லாத பாம்பு இப்போது கொல்லப் போகிறதா..? எனக்கு குழப்பமாக இருந்தது. ஆனால்

அவன் என்ற நான் சொன்னது போல் மலைப்பாம்பு வடிவில் இருக்கும் விஷப்பாம்பு எனில் கொத்திக் கொன்றுவிடும் இல்லையா...? இல்லை அதன் மரபுவழி குணம் என்று ஒன்று உண்டு. மேலும் அந்தக் கண்களின் கருணையில் அப்படி எதுவும் இல்லை. ரூல் கட்டையை தூக்கிப்போட்டு, அந்த மலைப்பாம்பின்முன் கண்ணீருடன் மண்டியிட்டேன். கண்திறந்த போது மலைப்பாம்பு மாயமாகி இருந்தது. சுற்றும்முற்றும் தேடினேன். நினைத்தது போலவே நடந்தது. ஆம், அரிசி மூடை முடிச்சுக்களுடன் இறுக்கி கட்டப்பட்டிருந்தது.

காலையில் குருதி வாடை வந்துவிடும் என்பதால் மாஸ்க் அணிந்துகொண்டு அதிகாலை ஐந்து மணிக்கு சாப்பிட்டுவிட்டு தூங்க சென்றேன். தூங்கப்போகும்முன் கிடைக்கும் மூலிகை வாசத்தை இழந்துவிட்டேன், அதற்கு காரணம் நான்தான் என நினைத்துக்கொண்டு தான் தூங்கினேன்.

விடியற்காலை நன்றாக மழை பெய்துகொண்டிருந்தது. ஆழ்ந்த தூக்கத்தில் அந்த கனவு மீண்டும் வந்தது. அந்த நிர்வாண உடலின் யோனியில் இருந்து விழும் குருதித்துளிகள் மாஸ்கில் விழுந்து கறைபட்டுக் கொண்டிருந்தது. விழுந்துகொண்டிருந்த குருதித்துளிகள் நின்றது. கண்ணிமைக்கும் நேரத்தில் அவள் யோனியில் இருந்து தொப்புள் கொடி மூலமாக, ரத்தக் கழிவுகளுமான பச்சிளம் சிசு தொப்புள் கொடியில் தொங்கி ஆடிக்கொண்டிருக்கிறது. அவளின் வயிறு பலநாள் பட்டினி கிடந்தவளின் வயிறாக மாறிப்போனது.

ஓர் உடலுக்கு கீழ் இன்னொரு உடலும் சேர்ந்து ஆடும் அந்தக் குழந்தையின் கண்களை பார்த்தேன். அது வேறெதுவுமில்லை. அந்த மலைப்பாம்பின் கண்கள்தான். அய்யோ... என்று உரக்க அலறிக்கொண்டே எழுந்தேன். உடலெங்கும் வியர்த்துப் போயிருந்தது. கதவைத் திறந்தேன். வெயில் அறை முழுவதும் படர்ந்தது. மக்கள் வெளியே செல்லத் துவங்கி இருந்தார்கள். திறக்கலாம் எனத் தளர்த்தப்பட்ட கடைகளில் செல்போன் கடைகளும் அடக்கம். வேகவேகமாக அரிசி மூடையை அவிழ்க்க முனைந்தேன். முடியவில்லை. ஓடிச்சென்று பால்கனியில் நின்று சிகரெட்டை பற்ற வைத்தேன். ஒரு காகம் என்னருகே வந்து

என்னையே பார்த்துக்கொண்டிருந்தது. அதன் கண்களைப் பார்த்துவிடக் கூடாது என முடிவுசெய்து உடனே உள்ளே வந்தேன்.

மழை நன்றாகப் பெய்ததன் விளைவாக மேல் கூரையில் நீர் குடிகொண்டு, பயங்கரப் போராட்டத்திற்குப் பின் ஊடுருவி குமிழ்களாக நீர்த்துளிகள் மேல்கூரையில் இருந்து ஒவ்வொன்றாக விழுந்தது. கண்முன்னால் சென்ற துளி காலருகில் விழுந்தது. மெல்லக் குனிந்து அந்த நீர்த்துளியைப் பார்த்தேன். அந்த துளிக்குள் ஒரு கூத்தாடிப்புழு (கொசு உருவாகும் புழு) படுசுறுசுறுப்பாக நெளிந்துகொண்டிருந்தது. உடனே பெருவிரலால் அந்தத் துளியை அழுத்தினேன். விரலை அகற்றிப் பார்த்தபோது கூத்தாடிப்புழு இறந்ததற்கான எந்த தடையமும் இல்லை. இப்போது பதற்றமடைந்தால் முடிச்சுகளை அவிழ்க்க முடியாது எனக் கொஞ்சம் ஆசுவாசப்படுத்திக்கொண்டு நிதானமாக ஒவ்வொரு முடிச்சுகளாக அவிழ்க்கத் தொடங்கினேன். முடிச்சுகள் அவிழ்ந்தது. கையை அரிசிக்குள் விட்டு செல்போனை எடுத்தேன். எடுத்துக்கொண்டு வேகமாக அறையை விட்டு செல்போன் பழுதுபார்க்கும் கடையை நோக்கி ஓடினேன். சுற்றி இருக்கும் மனிதர்கள் என்னையே பார்த்துக் கொண்டிருந்தார்கள். வண்டியில் செல்பவர்களும் ஒருநொடி நிறுத்தி என்னைப் பார்த்து அச்சத்துடன் நகர்ந்தார்கள். ஒரு குழந்தை பயத்தில் அழுதுகொண்டே ஓடி ஒளிந்தது. வயதான முதிர்கன்னி அசிங்கமாக என்னைத் திட்டினாள். அப்போதுதான் எனக்கு அந்த விஷயம் பிரக்ஞைக்குள் வந்தது.

நான் மாஸ்க் அணிந்துள்ளேன். அதில் ரத்தக்கறை படிந்துள்ளது. மீண்டும் சுற்றி நின்ற மனிதர்களின் அனைத்து உணர்வுகளும் ஒன்றாகி என்மீது படியத் தொடங்கியது.

யாவரும்.காம், மே 2020

சக்கரம்

1

இருபத்தியொரு வருடங்களுக்குமுன், தங்கம் கேசட் கடை தொடங்கியபோது வெளியூரில் இருந்து கூட்டம் கூட்டமாக வந்து வீடியோ கேசட் வாடகைக்கு வாங்கிச் செல்வர். தொழில்நுட்பம் முன்னகர்ந்து செல்ல சிறிதுகாலம் கழித்து சிடி மயமானது. அப்போது முன்னைவிட கூட்டம் சற்றுக் குறைவுதான் என்றாலும் சத்தமும், மீன் கவிச்சியின் மணமும், ரப்பர் பேன்டினால் சுற்றப்பட்ட செல்போன்களும், டாப்அப் அட்டையைச் சுரண்டிச் சுரண்டி ஆள்காட்டி விரல் நுனியின் கருமைநிற கறையும், அந்திநேர பிராந்தி வாடையின் வீச்சமும் இருந்துக்கொண்டே இருக்கும். தும்பிகளின் வருகைதான் குறையத் தொடங்கியிருந்தது. எந்நேரமும் புதுப்படப் பாடல்களின் ஒலி அப்பகுதியில் பரவிக் கேட்டுக்கொண்டே இருக்கும். மாடியில் இருக்கும் லெனினிஸ்ட் அலுவலகத்திற்கு அவ்வப்போது போலிஸ் வருவதுண்டு. அப்போது மட்டும் சத்தம் குறைவாக ஒலிக்கும்.

குதூகலச் சூழலை இழக்க மனமின்றி, அருகேயுள்ள கடை வியாபாரிகள் நேரம் போக இதர வேளைகளில் கேசட் கடையில் சங்கமிப்பர். கடையின் நான்கு மூலைகளிலும் மண்பானைக்குள் வூஃபர் வைத்து இடிஇடியென டும்டும். மேலிருந்து கீழிறங்கும் ‘சில்’ சத்தத்திற்காக ஒரு டியூட்டர். என்னதான் நெட், விங்க் மியுசிக் வந்தாலும் அசல் கேசட்டில் கேட்கும் தரம் வரவே வராது என சொல்லிக்கொண்டிருப்பார். மழை நாட்களில் அந்த ஈரத்துடன் கூடிய தூறலிசையும் சேர்ந்து ஒலிக்கும் பாடல்கள், வீட்டில் சீக்கு வந்து விழுந்து நேரம் குறிக்கப்பட்டிருக்கும் அன்புமிகு நோயாளிக்காக தலையில் சும்மாட்டை சொருகிக்கொண்டு, டாக்டர் எழுதிய மருந்துச் சீட்டை மழையில் நனையாதபடி கறை படிந்த அழுக்கு வேட்டியில் சுருட்டி மடித்து நனைந்துக் கொண்டே ஓடுபவர்களும் மழையில் நனைந்துக்கொண்டு இசை கேட்பதுண்டு.

இப்போதெல்லாம் அந்த வீதியின் பெரும்பான்மையான கடைகள் காலை ஒன்பது மணிக்கே திறந்து விடுவார்கள். முன்பெல்லாம் எட்டு மணிக்கு திறந்த கேசட் கடை மட்டும் இப்போது பதினோரு மணிக்கு திறக்கிறது. வீட்டிலிருந்து கிளம்பினால் பத்து நிமிடத்திற்குள் வந்துவிடும் தூரம்தான். அன்று ஷட்டரை திறக்கையில் அருகே இருக்கும் மளிகைக் கடைக்காரர் ஜோஷியின் சத்தம் மட்டும்தான் தங்கத்தின் காதில் விழுந்தது.

"என்னடே...! இன்னைக்கும் பதினோரு மணிக்கு தான் உனக்கு விடிஞ்சுதா...?!"

முன்பு பதிலளிக்கும் மனம் இருந்தது. கொஞ்சம் நாட்களுக்கு முன்பு புன்னகை. இப்போது எதுவுமில்லை. அதற்கு காரணமென்று எதுவுமில்லை. கடைக்குமுன் ஸ்மார்ட் கார் ஒன்று நின்றுக்கொண்டிருந்தது. அந்தக் காரிலிருந்து ஒருவர் மளிகைப் பொருட்கள் வாங்குவதற்காக வந்திருக்கலாம் என்பதை உணர்ந்துக்கொண்டு, வழக்கம்போல் தங்கம் கடையை சுத்தம் செய்யத் தொடங்கினார். மளிகைக் கடைக்காரர் ஜோஷி வயிறு வீங்கிய மனிதருடன் பேசிக்கொண்டிருந்தார்.

"கொஞ்சம் பொறுப்பா...! சாருக்கு ஆத்தியம் கொடுத்து முடிச்சிடுறேன்...!"

தேங்காய் புண்ணாக்கு வாங்க தஞ்சியோடு நின்ற சிறுவனுக்கு எரிச்சலேறியது.

"சார்... கார் புதுசா..." எப்போவும் வேற ஒரு காரில் தானே வருவீங்க...? செவப்பா இருக்கும்...!" சொல்லும்போதே கார்மீது கொதி கொள்வது போல்தான் முகத்தை வைத்திருப்பார் எனத் தங்கத்தினால் உணர முடிந்தது.

"இது என் மருமகனோடது... அவன் வெளிநாட்டுக்கு போய்ட்டான்... அதான், நான் கொண்டு வந்தேன்..."

"நல்லா இருக்கு... இது எவ்வளவு சார் ஆகுது...?"

எவ்வளவு பெருக்கி சுத்தம் செய்தாலும் தினம் குப்பை எப்படித்தான் கடைக்குள் வந்து சேர்கிறது என்று எண்ணிக்கொண்டு

பெருக்கின குப்பையை அள்ளி கடைக்கு உள்ளே இருக்கும் குப்பைத்தொட்டியில் போட்டார். அந்தக் கார் கிளம்பும் சத்தம் கேட்டது.

“பிலேய்... ஏன் தேச்சிய படிய..?” மங்கலான குரலில் காதில் விழுந்தது.

கண்ணாடியை ஈரத்துணியால் துடைத்து, மேரி மாதா போட்டோவின் கீழ் ஊதுவத்தியைப் பற்ற வைத்துவிட்டு இருக்கையில் அமர்ந்தார். அருகே நாளிதழ்கள் கிடந்தது. கண்ணாடியைப் போட்டு முதல் பக்கத்திலிருந்து ஆரம்பித்தார். அப்போது ரோட்டிற்கு எதிரே சர்ச் தெருவில் ஹாலோபிளாக்ஸ் கடை வைத்திருக்கும் நேசமணி சிறிது நேரம் அமர்ந்துவிட்டுச் சென்றார். கேசட் கடை ஆரம்பித்த காலங்களில் இருந்தே பாடல் கேட்பதற்காக தினசரி வந்துவிடுவார். இப்போது வருவதில்லை என்று சொல்ல முடியாது. முன்போல் வரத்து இல்லை. முன்பு வருகையில் உடல் ரோம மயிர்கள் நேர்த்தியாக வனப்புடன் காணப்படும். இப்போதெல்லாம் வியர்வையைத் துடைத்தவாறுதான் உள்ளே நுழைவார். ரோமமும் அழுக்கேறத் தொடங்கியிருந்தது. இந்தத் தொழிலைப் பத்து வருடங்களுக்குமுன் ஆரம்பித்திருந்தார். அதற்குமுன் ஓடு தயாரிக்கும் சூளை வைத்திருந்தார். கண்டன் விளை தான் ஓடு தயாரிப்புக்கு பிரசத்தி பெற்ற இடம். சிறு வயதில் பேருந்தில் அந்தப் பகுதியைக் கடக்கும்போது செந்நிற கடலுக்குள் நீந்தி பசுமை வயலை அடையும் ஒரு விசித்திரமான உணர்வு ஏற்படுவதுண்டு. மேற்கு குமரியில், செங்கல் சூளைகளும், முந்திரி தொழிற்சாலையுமே முதன்மைத் தொழிலாக இருந்தது. கிழக்கினருக்கு போட்டியாக அப்போதே ஓடு தயாரிக்கும் சூளையைத் துவங்கியிருந்தார் நேசமணி. ஓடுகளின் தரம் என்ன என்பது ஊரறிந்தது. அப்போதே தேவை குறைந்திருந்த காலம்தான். ஆனால் அதற்குப்பின் சுத்தமாக வியாபாரம் நொடித்துப் போனது. அதனால் என்ன ஆகும்..? கடன் பெருகியது. மகனை வட்டிக்கு வாங்கியும், மனைவியின் சீதன நகையை விற்றும் கல்லூரியில் சேர்த்திருந்தார். அவன் ஒழுங்காகப் படிப்பதில்லை, நண்பர்களுடன் ஊர் சுற்றுகிறான், கல்லூரிக்கு தினம் செல்வதில்லை என்பது

குறித்த கவலைகள் அனைத்தையும் மறக்கடிக்க கேசட் கடைதான் இருந்த ஒரே போக்கிடம். அங்கிருந்து செல்லும்போது பாரத்தை இறக்கி வைத்த உணர்வுடன் திரும்புவார்.

மறுநாள் நேசமணி வழக்கமாக வருகிற நேரம்தானே என எதிர்பார்த்து ஹோட்டலில் இருந்து சூடாக தேநீர் பிளாஸ்கில் அவருக்கும் சேர்த்து வாங்கி வைத்துக்கொண்டு காத்திருந்தார். அப்போதுதான் ஜோஷியின் மூலம் அந்த இடி விழுந்தது. வூஃபர் சத்தம் டப்பென்று நின்று மயான அமைதியைக் கொடுத்தது. ஷட்டரைச் சாத்திவிட்டு செருப்பும் போடாமல் நேராக மருத்துவமனைக்கு ஓடினார். ஓர் ஆம்புலன்ஸ் வேன் நின்றுக்கொண்டிருந்தது. நான்கைந்து பேர் சுற்றி நின்றுக் கொண்டிருந்தார்கள். நேசமணி உள்ளே அமர்ந்திருந்தார். தங்கம் வாயடைத்துப் போயிருந்தார். சிறிது நேரத்தில் இரண்டு ஆண் செவிலியர்கள் ஒரு வெள்ளைத் துணியால் சுற்றிய பிரேதத்தை ஸ்ட்ரக்ச்சரில் கொண்டுவந்து ஆம்புலன்சின் உள்ளே ஏற்றினார்கள். அளவில் பெரிய பிரேதமாக இல்லாமல் பொக்கம் குறைவாக இருந்தது, அங்கிருந்தவர்களை மனமுடையச் செய்தது. சடலத்தின் தலைப்பகுதி நேசமணியின் மடியில் கிடத்தப்பட்டது. பெண் செவிலியர் ஒருவர் மகன் அணிந்திருந்த சட்டைத் துணியை எடுத்து உள்ளே கொடுத்தார். அன்றைக்கு நேசமணி அணிந்திருந்த சட்டையும் அதே டிசைன். ஆம்புலன்ஸ் கிளம்பியது. நேராகக் கடைக்கே திரும்பினார். மளிகைக் கடைக்காரர் ஜோஷி மூலமே தங்கத்திற்கு அனைத்தும் தெரிய வந்தது.

நேசமணியின் மகன் கல்லூரியில் சேர்ந்தபோது பைக் வாங்கியே ஆகவேண்டும் என்று பிடிவாதம் பிடித்துள்ளான். இதனால் அப்பா, மகனுக்கிடையே பிணக்கு ஆரம்பித்திருந்தது. மகள் பள்ளிக்கூடம் படித்துக்கொண்டிருந்தாள். தன் அருகாமை வீடுகளில் உள்ள நடுநிலை வகுப்பில் படிக்கும் பெண் குழந்தைகளுக்கு இப்போதே நகை செய்யத் தொடங்கி விட்டார்கள் என்பது மனதில் அழுத்திக்கொண்டே இருந்தது. அதற்கு மனைவி ஒரு கூடுதல் காரணம். பைக் வாங்கவேண்டும் என்றத் தொல்லை நாளுக்கு நாள் அதிகரித்தது.

"முதல்ல வண்டியை ஸ்டார்ட் பண்றதுக்கு கால் எத்துமா..? வண்டி ஓட்டுற ஆளோட சைச பாரு...!"

இந்த வார்த்தைகள் தினசரிதான். அதற்கு விளைவாக அவ்வப்போது மூன்று தலைமுறைக்கு முன்னர் பிலாவு மரத்தினால் செய்யப்பட்ட பழைய ஜன்னல் ஒன்றின் கம்பியில் அம்மாவின் சேலையைக் கட்டிக்கொண்டு வண்டி வாங்கித் தரவில்லை என்றால் தொங்கிவிடுவேன் எனக் கூறுவான். அப்போது கூடுதல் ரெண்டு, மூன்று விஷம வார்த்தைகளோடு அந்த நிகழ்விலிருந்து மீள்வது வாடிக்கை. பின்னர் அந்த நிலம் கொடுக்கும் தோற்றம் எந்த மனநிலையையும் மாற்றும். வியாபாரத்துக்கு அல்லாமல், கூட்டுக்கறிக்காக வீட்டினருகே காய்கறி தோட்டம் இருக்கும். கோபத்தில் ரெண்டு குப்பைக் கீரையை பிடுங்கி எறிந்தால் அடங்கி விடுவான். தேங்காய் பால் கலந்த கோதுமை உருண்டையைச் சுற்றி சீனி தூவி சுடச்சுட மகனுக்காக எடுத்துக்கொண்டு அறையருகே வந்தபோதுதான் மகன் கண்கள் சிவந்து, நாக்கு தள்ளி சரிந்து கிடந்தது தெரிந்தது. தான் கட்டித் துவைப்பதற்காகக் கழற்றிப் போட்ட அழுக்கு சேலையில் மகன் செத்துக் கிடக்கிறான். சமையல் வேலை முடிந்தபின் நனைக்கலாம் என எண்ணியிருந்தாள். தம்பிக்காரன் அக்காவிற்காக கிறிஸ்துமஸ் கோடியாக வாங்கிக் கொடுத்த இந்த சேலையைக் கட்டி கண்ணாடிமுன் பார்த்தபோது தன்னிலை மறந்து போயிருந்தாள். இன்று அதே சேலையில் அசைவில்லாமல் கிடக்கும் பெற்ற மகன். இப்போதும் அன்றுப்போல் தன்னிலை அற்றவளாகவே காணப்பட்டாள். மனப்பூர்வம் செய்தானா..? அறியாமல் நிகழ்ந்ததா..? அவன் செயலுக்கு மதிப்பு அளிக்காததால் அடுத்த நகர்விற்கு செல்லலாமா என மனம் எண்ணியதா..? தான் உயரம் குறைந்தவன் என்றதால் இந்தச் சமூகம் தன்னைக் குறைத்து மதிப்பிட்டதாக உணர்ந்தானா..? அதுதான் உண்மை எனில் வார்த்தைகளை உதிர்த்த தந்தையால் தாங்கிக்கொள்ள முடியுமா..? உயரம் குறைவாக இருந்ததால் மகனுக்கு சைக்கிள் கற்றுக்கொடுப்பதில் நேசமணி போராடியிருந்தார். கடைசி வரையில் அவரால் கற்றுக் கொடுக்கவே முடியவில்லை. காரணம் பெரிய சைக்கிள்தான் தன்வசம் இருந்தது. கால் எட்டவில்லை. ஆனால்,

ஒருநாள் அவனாகவே சைக்கிள் ஓட்டிக்கொண்டு வந்தபோது அவருக்கு ஏற்பட்ட மகிழ்ச்சியை வெளிக்காட்டாமல் உள்ளேயே வைத்திருந்தார். அப்போது இருந்த உள மற்றும் வரவு செழிப்பில் சீக்கிரம் மகனுக்கு ஒரு மோட்டார் வண்டி வாங்க வேண்டும் என்று மனதிற்கு நினைத்ததும் உண்டு. இனி வாங்கினால் என்ன? வாங்கவில்லை என்றால் என்ன..? மகனின் மரணம் எதனால் நிகழ்ந்திருக்கும் என்பதற்கான விடை யாருக்கும் தெரியப் போவதில்லை.

காலம் வேகமாக நகர்ந்துக்கொண்டே குடும்பச்சுமை எனும் நைந்துப்போன சேலைக்கயிறு கழுத்தை நெரிக்கத் தொடங்கியிருந்தது. ஊரில் உள்ள முக்கால்வாசி ஓடு சூளைகளும் இழுத்து மூடி விட்டு முதலாளிகளாக இருந்தவர்கள் தொழிலாளியாக வெளிநாட்டுக்கு போய்க்கொண்டிருந்தார்கள். செங்கல் சூளைகள் ஹாலோபிளாக்ஸ் என்ற சிமெண்ட் கல் நிறுவனங்களாக மாறத் தொடங்கின. தன்னுடைய அடுத்த தலைமுறைக்கான தொழில் இல்லைதான். வேறு வழியில்லை. அவனும் தன் சகோதரன் இல்லையா? அவனுடன் தொழில் போட்டிக்காக இல்லை. அந்த மனநிலையிலும் நேசமணி இல்லை. அவ்வாறு ஹாலோபிளாக்ஸ் தயாரிப்பு நிறுவனம் தொடங்கப்பட்டது.

2.

கேசட் கடையில் பாடல் சத்தம் சற்று அதிகமாகவே இருந்தது. முன்புப்போல் மெல்லிசை இல்லாததால், பாட்டு இரைச்சலாக மண்டையைக் குடைந்துக் கொண்டிருந்தது. வாங்கிய மளிகைக்கு கணக்கு போடுவது ஜோஷிக்கு சிரமமாக இருப்பதாக உணர்ந்து கடுப்பாகி உள்ளே வந்தார். கடைக்குள் யாருமில்லை.

“கடையை திறந்து வச்சிட்டு எங்க போறான் இவன்...?” மனதிற்குள். சத்தத்தைக் குறைக்க ஆங்காங்கே தேடிக்கொண்டிருந்தார். எவனாவது சல்லிப்பயல்கள் தன் கடையில் சாதனங்களைத் திருடி விடுவார்களோ என்று அடிக்கடி வெளியே வந்து பார்த்துக்கொண்டார். கபோர்டுகளில் விற்காமல் வைக்கப்பட்டிருந்த கேசட்டுகள், அழுக்கேறிக் காணப்பட்ட டேப் ரெக்கார்டர் மற்றும் சிடி கேசட்டுகள், செல்போன் புழக்கத்திற்கு

வந்த காலக்கட்டத்தில் உள்ள நோக்கியா போன்களின் உதிரி பாகங்கள் என அடுக்கி வைக்கப்பட்டிருந்தது. “இந்த கடையில அப்படி என்ன தான் வியாபாரம் பண்றான்...? எப்படி கடைக்கு வாடகை கொடுக்கிறான்..?, சம்பாதிக்காம என்னத்துக்கு கடை...?, பூட்டிட்டு வீட்டுல கிடக்கலாம் இல்ல...? இப்படி சவுண்ட் கூட்டி வச்சு மனுசன டார்ச்சர் பண்றதுக்கு..” என்று மனதில் நினைத்துக்கொண்டார். கடைசி வரைக்கும் சிடி பிளேயர் எங்கே என்பதைக் கண்டுபிடிக்க முடியவில்லை. அதைக் கண்டுபிடிக்க முடியாதுதான். தூசி படியக் கூடாது என இரண்டு அடுக்கு மஞ்சள் துணிக்குள் மறைத்து வைத்திருந்தார். அதற்குள் தங்கம் வந்திருந்தார். வந்த வேகத்தில் சத்தத்தைக் குறைத்தார். எதுவும் பேசிக்கொள்ளவில்லை. ஜோஷி கடைக்குள் சென்று மீண்டும் கணக்கு வழக்குகளைப் பார்க்கத் தொடங்கினார்.

சூரியன் மேற்கு நோக்கி செல்லத் துவங்கும் வேளையில் கடையினுள் தன் கதிர்களைப் பாய்ச்சுவதுண்டு. பச்சைநிறத் துணியை நெடிய கம்பினால் துணிமுனையைக் கொக்கியினுள் சொருகினார். ஒரு பழைய மோசர் பியர் திரைப்பட சிடியை எடுத்து நன்றாகத் துடைத்தார். சத்தம் யாரும் கேட்காதவண்ணம் டிவியை ஆன் செய்துவிட்டு மேஜையில் தலைவைத்து தூங்கத் தொடங்கினார். மின்விசிறியும் வெக்கை காற்றை அறை முழுவதும் பரப்பிக்கொண்டிருந்தது.

பத்து வருடங்களுக்கு முன் நிலைமை இப்படி இல்லை. கேசட் கடையில் போடப்படும் படத்தைக் காண கூடி நின்றுக்கொண்டிருப்பார்கள். இன்றும் ஏசி காற்று வாங்கிக்கொண்டு மனிதர்கள் நிற்பதுண்டு.. அரசியல், சினிமா பற்றின விவாதங்கள் காரசாரமாக நடந்துக்கொண்டே இருக்கும். ஒரு பிரபல தலைவருடன் எடுத்த புகைப்படத்தைக் கடைச்சுவரில் மாட்டி வைத்திருந்தார்.

சிறுசேமிப்பிற்காக பணம் சேகரிக்க வந்தவன் தூங்கிக் கொண்டிருந்தவரை எழுப்ப மனமில்லாமல் அடுத்தக் கடையை நோக்கிச் சென்றான். பழையப் படங்களை ரீமேக் செய்யும் காலம் பத்து வருடங்களுக்கு முன் தொடங்கியிருந்தது. பழையதில்

இருந்து புதிதாக்குகையில் பழையது எப்படி இருக்கும் என்ற ஆர்வமுள்ள நுண்ணுணர்வு கொண்ட ஒரு பள்ளிச்சிறுவன் வந்து பழைய படத்தை வாங்கிச்சென்ற அன்று வாழ்வு குறித்த பெரும் நம்பிக்கை ஏற்பட்டிருந்தது. இப்போது யாரும் சிடி வாங்க வருவதில்லை. ஆனால் காலாவதியான பொருட்களைக் காலி செய்யவும் மனமில்லை. புதிய திரைப்படங்களின் திருட்டு சிடி வியாபாரத்திற்கான சந்தை உருவான நேரத்தில் மறைத்துவைத்து திருட்டுத்தனமாக நிறையபேர் புதுப்பட சிடி விற்றார்கள். அப்போது அந்த நகரத்திலேயே திருட்டு சிடி இல்லாத கடை தங்கம் கேசட் கடை மட்டும்தான். தினம் வரும் வாடிக்கையாளர்களில் தொண்ணூறு சதவீதம் திருட்டு சிடி அல்லது பிட்டு சிடி வாங்க வந்தவர்கள். "அந்த மாதிரி சிடி விக்குறது இல்லங்க" என்று புன்னகைப்பார். அவ்வப்போது எல்லா கடைகளையும் போல் ஏதாவது சிக்கும் என்ற நம்பிக்கையில் போலீஸ் அவ்வப்போது வந்து கடையை சோதனையிடுவார்கள். நிறைய பேர் அந்தக் கேசட் வாங்கி வித்தா நாலு காசு பார்க்கலாம் என அறிவுரை சொல்வதும் உண்டு.

யார் அதெல்லாம் கேட்பது...? பிழைக்க தெரியாத மனிதன் என்ற பிம்பம் உருவாகும். உருவாக்கட்டும். அதனாலென்ன இப்போ...? பொருட்களை விற்கும்போதும் "இதெல்லாம் சைனா ஐட்டம், கொஞ்சம் மிஸ் ஆனாலும் போச்சு" என்று சொல்லிதான் வியாபாரம் நடக்கும். அதனால்தானே என்னவோ... இப்படியொரு வேனிற்கால அந்தி வேளையில் நிம்மதியாகத் தூங்க முடிகிறது...!

ஜோஷியின் உடன்பிறந்த தம்பி வீட்டில் ஒரு வாரத்திற்கு முன்னர் புதிதாகக் கார் வாங்கியிருந்தார்கள். தம்பியின் மகன் இந்த தடவை கல்யாணம் முடித்துதான் வெளிநாட்டிற்கு கிளம்ப வேண்டும் என பெற்றோர் முடிவு செய்தமையால், வருவதற்கு முன்னரே சம்மந்தம் பேசி முடித்து விட்டார்கள். நூற்றியொரு பவுன் நகை, பத்து லட்சம் பணம் கையில், திருமணச் செலவு அதில்தான். கெட்டுத்தாலியே பதினோரு பவுனுக்கு கனமாகச் செய்யவேண்டும் என்று மாமியார் விருப்பம் என ஓட்டன் மூலம் தகவல் வந்துள்ளது. பதிலுக்கு திருமணத்திற்கு முன்னரே ஐந்து பவுனுக்கு நீள தங்கமாலை போட்டு விடுவார்கள். அதைப் பற்றி

கவலை இல்லை. காரணம் பெண் வீட்டில் இரண்டு மகள்கள் என்பதால் சொத்தை பாதியாகப் பிரித்து எழுதி விடுவார்கள். இதைத் தவிர புதிய காரும் தருகிறார்கள். தின்ன சோறு இல்லை என்றாலும், உடுக்க உடை கிழிந்திருந்தாலும் இதெல்லாம் செய்தே ஆகவேண்டும். அது ஒரு மரபின் தொடர்ச்சி. ஆனால் அடுத்த வாரம் பெண் பார்க்கப் போகும்போது வாடகைக் காரில் போனால் அவ்வளவு கௌரவமாக இருக்காது என்றெண்ணிதான். தம்பியின் மகன் நல்ல நிலைக்கு எட்டியதில் மகிழ்ச்சிதான் என நினைத்துக் கொண்டிருந்தாலும் தன்னால் ஒரு கார் வாங்க முடியவில்லையே என்ற ஏக்கம் ஜோஷிக்கு இருந்துக்கொண்டே இருந்தது. ஊரிலேயே பெரிய அடுப்பங்கடை, அதில் பிரமாண்டமான அலமாரி வைத்த வீடு தம்பியின் வீடு என்றார்கள். அதெல்லாம் கூட பெரிதான பாதிப்பை ஏற்படுத்தவில்லை. வசதி சமமாக இருந்த காலக்கட்டத்தில் சிறுசிறு உரசல்கள் அண்ணன், தம்பிக்குள் இருந்துக்கொண்டிருந்தது. ஆனால் சமம் குலையும்போது ஒட்டு உறவே இல்லாமல் ஆகிவிடுகிறது. அதற்கான காரணம் எதுவும் சொல்லிக் கொள்ளும்படியாக இருந்ததில்லை.

ஆரம்பத்தில் முறுக்காங்கடையாகத் தொடங்கி, சில மாதங்களிலேயே கடையை விஸ்தாரப்படுத்தியிருந்தார். இத்தனைக்கும் மளிகைக் கடையில் கச்சோடம் சோடைப்போகிறது என்று சொல்ல முடியாது. தினசரி தேவைகள், மாத தேவைகள், மனைவிக்காக திருவனந்தபுரம் மெடிக்கல் காலேஜ் சென்றதன் சாட்சியாக எடைக்கு போட்டால் இரண்டு கிலோ தேறும் அளவிற்கு கம்பியில் குத்தி வைக்கப்பட்டுள்ள மருந்து சீட்டுகள், மகளின் படிப்பிற்கான கல்விக் கட்டணம் என அனைத்திற்கும் சரியாக இருந்தது. பழையக்காலம் போன்று மாம்பட்டை விற்றுக்கொண்டிருந்தால் சீக்கிரம் கார் வாங்கி இருந்திருக்கலாம் என்றும் அடிக்கடி யோசனை வருவது உண்டு. காசை விரயம் செய்யும் எந்த போதைப் பழக்க வழக்கங்கள் எதுவுமில்லை. ஆனாலும் கார் வாங்க முடியவில்லை. மகள் படிப்பை முடித்து கர்நாடகாவில் உள்ள பல்கலைக்கழகத்தில் ஆராய்ச்சிப் படிப்பை தொடர்ந்துக்கொண்டிருக்கிறாள். கைச்செலவுக்கு அங்கேயே பணம் கிடைக்கிறது என்று சொல்லியிருந்தாள்.

மகள், தம்பி மகனை விட இரண்டு வயதிற்கு மூத்தவள். அவளுக்கும் ஒரு கல்யாணம் பண்ணிப் பார்க்க முடியவில்லையே என்ற நிராசை இருந்தாலும் ஒரு கார் வாங்க முடியாததுதான் அன்றைய சிணுங்கலுக்கு முக்கிய காரணம். வாடிக்கையாளரிடம் புருவத்தை உயர்த்திப் பேசினால் அடுத்த முறை கடையை மாற்றி விடுவார்கள். கடையை மூடும் சமயத்தில் இரணியல் ஹவ்வாய் தியேட்டருக்கு இரவுக் காட்சிக்கு செல்லும் போதை வாலிபர்கள் சிகரெட் கேட்டு வாங்கினார்கள். எரிச்சலுடன் கொடுத்துவிட்டு பணத்தைப் பெற்றுக்கொண்டார். ஒரு நல்ல வியாபாரத்தோடு கடையை சாத்தலாம் என மூடாமல் இருந்தார். நல்லவேளையாக கருப்பட்டி கச்சோடகாரர் செல்லத்துரை வந்தார்.

“ஆ... நானும் இருக்காதுன்னு நெனச்சேன்... நல்லவேள மூடல.. இல்லனா நாள கஞ்சி காய்ச்சிருக்க முடியாது...” என்றார் ஏத்தன் குலையை இறக்கி வைத்தபடி.

“ஏன் ஓய் இவ்ளோ நேரம்...?”

“தங்கச்சி வீட்டுக்கு போயிருந்தேன், பஸ் வரல... கடைசி பஸ் விட்டேன்...”

“பிறவு... எப்டி வந்தீரு...?

“வந்தேன்... சிக்கடிச்சிட்டு ஒரு தாயோளி கொண்டு வந்து விட்டான்...”

“வேற எண்ணமும் வேணுமா ஓய்...? எத்தன கிலோ போட...?”

“ரெண்டு கிலோ போதும் ஓய்...”

“சீ.ஓ தானே...?”

“ஹ்ம்ம்... ரேசன்ல இப்ப பச்சரிசிதான் நெறைய கொடுக்குறானுவ...”

“அத தூர தட்டாம புட்டு அவுச்சு பொண்டாட்டிக்கும் கொடுத்து நீரும் தின்னும் ஓய்...”

“கோழிகளுக்கு அவுச்சு தட்டுனா.. அதுகளும் இப்போ தின்னுறது இல்ல...”

அரிசியை செய்தித்தாளில் பொட்டலம் கட்டியவாறு, "நாடன் முட்ட இருந்தா கொண்டு வாரும் ஓய்...".

"இனி வீட்டுக்கு தானா..?"

"ஆ... இது கொள்ளாம், நல்ல கதைய கேட்கிய நீ...?"

திரும்பிப் பார்த்துக்கொண்டு "பண்டெல்லாம் கச்சோடம் தீர பதினொன்னு ஆகும்...!" என்றார் தங்கம்.

"எங்க... இப்போ நாம வீட்டுக்கு போவேலேங்கி, பொலையாடி மவனுங்க ஒம்பது மணிக்கே கோழி பிடிச்ச காம்பவுண்ட் யாறி சாடியாணுவ..."

"அது ஒண்ணும் இல்லடே... எல்லாம் செழிப்பு தான் காரணம்... எல்லாம் வீட்டுக்கு ஒண்ணொன்னு வெளிநாட்டுல கெடக்குதுவா இல்லா..! அப்போ வித்தா தான் கஞ்சி குடிக்க முடியும்..."

செல்லத்துரை வாழைக்குலையை தூக்கிக்கொண்டு "வாரேன் ஓய்..." என்றார்.

கை, கால் கழுவிட்டு கடையை மூடும் முன் ஒரு தடவை கேசட் கடைக்கு சென்று தங்கத்திடம் புன்னகைக்கலாம் என்று தோன்றியது. கழுவிக்கொண்டு சாரத்தில் முகத்தை துடைத்தபடி வந்து பார்க்கையில் கடை மூடப்பட்டு இருந்தது. சிறிய நெருடலுடன் கடையை மூடினார். சரி நாளைக்கு அவன்கிட்ட பேசலாம் என சுய மனச்சமாதானம் செய்தார். சைக்கிளை மிதித்துக்கொண்டு வீட்டை நோக்கி மிதித்தார். தம்பி வீட்டில் விளக்கு எரிந்துக்கொண்டிருந்தது. காம்பவுண்டிற்கு வெளியே நண்பர்களுடன் கார் அருகே நின்றுக்கொண்டிருந்தான். சிறிய வயதில் பெரியப்பா என மடியில் கொஞ்சி விளையாடியவன். கையில் முறுக்கு செயினும், இருட்டில் மினுங்கும் சட்டையும் அணிந்திருந்தான். தாடியும் நீள கிருதாவும் என வெளிநாட்டில் இருந்து வந்தவர்களுக்கான தோரணையோடு நின்றுக்கொண்டிருந்தான். சைக்கிளில் கவனிக்காதவாறு கடந்து சென்றார். ஆனால் இருட்டில் மின்னிய கை செயின் எத்தனை பவுன் என்பது ஜோஷிக்கு தெரியும்.

காலை கழுவிவிட்டு வீட்டினுள்ளே நுழைந்தார். வெயிலில் உலர வைத்த சுக்கு மாங்காய் எடுக்கப்படாமல் இருந்தது. தஞ்சியோடு கொண்டு உள்ளே வைத்தார். தேங்காய் குவித்துப் போடப்பட்டிருக்கும் அறையைத் திறந்து தேங்காய்களை எண்ணிப் போட்டார். மனைவி உறங்கிப் போயிருந்தாள். காலையில் சோறு கட்டுவதற்காக வாழை இலையை அடுத்த கண்டத்தில் ஏறி வெட்டுக்கத்தியினால் வெட்டினார். மழை பெய்திருந்ததால் மண் ஈரமேறிப் போயிருந்தது. இருட்டில் கால் வைத்தபோது ரெண்டடி இடது கால் உள்ளே சென்றது. நீர்தொட்டிக்கு அருகே வந்து சகதியில் நீர் ஊற்றிவிட்டு உள்ளே வரும்போது அருகேயுள்ள வாழைத்தோப்பில் யாரோ நின்று பார்ப்பது போலிருந்தது. உடனே ஜன்னலில் இருந்த டார்ச் எடுத்து அடிக்கையில் கரியிலை அசைந்தது. யாருமில்லை. உள்ளே வந்து விளக்கணைத்தார்.

சாப்பிட மனமில்லை. நாளைக்கு மீன் வாங்கி பொரிச்சு சாப்பிடணும். மிளகு ரசம் வைக்கச் சொல்லலாம். அடுப்பங்கடைக்கு சென்று விளக்கைப் போட்டார். பூனை ஒன்று சுவர் மேலே ஏறி வெளிப்பக்கம் தாவியது. அஞ்சறைப் பெட்டியை திறந்தார். ரசம் வைப்பதற்கான பொருட்கள் இருக்கிறதா என்று பார்த்துக்கொண்டார். மீன்காரி காலையிலேயே கரைமடியைக் கொண்டுவருவது வாடிக்கை. விலை குறைக்க மாட்டாள் எனினும் அவளிடமே வாங்கிக்கொள்ளலாம். ஒரு சொம்பு நிறைய கிணற்று நீரை அள்ளிக் குடித்துவிட்டு விளக்கை அணைத்தார்.

3.

தங்கம் வழக்கம்போல பதினோரு மணிக்கு கடையைத் திறந்தார். கடையை சுத்தம் செய்துவிட்டு ஊதுவத்தி கொளுத்தி வைத்தபோது நேசமணி வந்திருந்தார்.

“வாரும் மச்சான்... இந்த சைட்லாம் வர தோணியிருக்கே...”

“உனக்கு விஷயம் தெரியும் இல்ல...”

“என்ன விஷயம்..?” சற்று குரலைத் தாழ்த்தி,

“நம்ம ஜோஷி செத்த விஷயம் தான்...”

அப்போதுதான் மளிகைக்கடை திறக்காததும், அவரது குரல் கேட்காததும் உணர முடிந்தது. எதுவும் கேட்க முடியவில்லை. புரிந்துக்கொண்ட நேசமணியே,

"நாண்டுகிட்டு செத்துருக்கான்.. வா.. ஒண்ணு போய் பார்த்திட்டு வருவோம்"

"எத்தன மணிக்கு அடக்கம்...?"

"அந்திக்கு அஞ்சு மணிக்கு..."

"நீரு போவும் மச்சான், நான் அதுக்கு கணக்கு பண்ணி வரேன்..."

அவர் கிளம்பின பிறகு சாலையையே பார்த்துக்கொண்டிருந்தார். கரமடி மீன் கொண்டுவரும் மீன்காரி, மீன் அனைத்தையும் வியாபாரம் செய்தபின், இடுப்பில் பணப்பையை குலுக்கியபடி கடந்துசென்றாள். அவள் எப்போதுமே மீன் பாத்திரத்தை கையால் பிடித்துக்கொண்டு நடப்பதில்லை. ஆனால் இன்று அப்படியில்லை. அத்தனையும் மாறியிருந்தது. உள்ளே சென்று பாட்டிலை எடுத்து தண்ணீர் குடித்தார். மாதா போட்டோவில் கொளுத்தி வைக்கப்பட்ட ஊதுவர்த்தியை எடுத்து, புகைந்துக்கொண்டிருந்த அதன்முனையில் நீரைத் தெளித்து அணைத்து குப்பைத்தொட்டியில் போட்டார். தூசி படிந்திருந்த டேப் ரெக்கார்டரை துணியால் துடைத்து ஆன் செய்து, ஒரு பழைய கேசட்டை போட்டார். சத்தம் கரகரத்தது. கீச்சிட்டது. பாடல் மட்டும் ஒலிக்கவில்லை. ஆனால் கேசட் சுற்றிக்கொண்டே இருந்தது. அது வாகனங்களின் சக்கரங்கள் போல் சுழன்றது.

நகர்வு, ஜனவரி 2021

பற்றி எரியும் நரம்புகள்

வெடி பட்ட பன்றி போல் தெறித்து ஓடிக்கொண்டிருந்தார்கள். இரண்டு பிரதான சாலைகளின் இணைப்புச் சாலை அது. அந்தப் பகுதியில் பணிபுரிவோர் மதிய உணவுக்குப் பின் சிகரெட் பிடிக்க, கடலை மிட்டாய் சாப்பிட, பால் சர்பத் அருந்த, தொப்பையைக் குறைக்க எனப் பலரும் நடந்துவரும் சாலை. ஓப்பிடக் கொஞ்சம் மரங்கள் அடர்ந்திருக்கும். கார் ஜன்னலை மூடிக்கொண்டு தங்களுக்கான தனி உலகில் காதலித்துக் கொண்டிருந்தவர்கள் அரவம் கேட்டு எரிச்சலடைந்தனர். “பெரிய விபத்தா இருக்குமோ?” மண்டையப் பிளக்கும் வெயிலில் இளைஞர்கள் பேய் பிடித்தது போல் ஓடுவது அங்கிருந்தவர்களைக் குழப்பத்தில் ஆழ்த்தியது. சிலர் கால்களைப் பின்னோக்கி ஓடியபடி செல்ஃபி வீடியோ எடுத்தனர். காரணம், அவர்கள் முன்னே சென்ற ஜெர்மன் இறக்குமதி கார். அதன் பதிவு எண்.

கார் பிரதான சாலையை அடைந்து அங்கிருந்த நீச்சல் குள வளாகத்திற்குள் நுழைந்தது. காவலாளி பெரிய கம்பிக்கேட்டை இழுத்து மூடினார். ஓடிவந்த கூட்டம் உள்ளே நுழைய முடியாத கடுப்பில் மூச்சிரைத்தபடி நின்றுக்கொண்டிருந்தனர். அந்த வழியாக வந்துக்கொண்டிருந்தவர்கள் வண்டியை ஓரம் கட்டிவிட்டு வரிசையில் நிற்கத் தொடங்கினர். நீண்ட வரிசை. பால் சர்பத் கடை அண்ணன் தள்ளு வண்டியை நீச்சல் குளம் பக்கமாக நகர்த்திக் கடை போட்டுவிட்டார். சில யு–டியூப் சேனல்களும் பாயை விரித்தனர். கட் அவுட்டிற்கு பால் ஊற்றப்போய் கால் இடறி விழுந்து இறந்த பேச்சிமுத்துவின் மனைவி, ‘இது நம்ம இளநீர்க்கடை’ அக்காவும் QR code–ஐ நிமிர்த்தி வைத்து போணியைத் தொடங்கினார்.

காவலாளி குனிந்து மரியாதையுடன் கார் கதவைத் திறந்து சல்யூட் செய்தார். உள்ளே இருந்து வாயில் ரத்தக் கறையுடன் இறங்கிய குதிரை மரியாதையை ஏற்று தலையை ஆட்டியது. அதன் அளவிற்கு பெரிய குடையை விரித்து பவ்யமாக நடந்து குளத்திற்கு அழைத்துச்

சென்றார். கூடவே நான்கைந்து அடிமைகளும் இறங்கி பின்னால் நடந்தார்கள். அனைவரும் ஒரே சீருடை அணிந்திருந்தார்கள். நாட்டுக்குதிரை என்றாலும் ஹங்கேரிய குதிரை போன்று சடைவால், நடுமுதுகு வரை தலைமுடி, வெல்வெட் தோல், ப்ரெளன் நிறம், சாக்ஸ் அணிந்தது போல் பாதங்கள் மட்டும் வெள்ளை. வாயில் வடியும் ரத்தம் அங்கிருந்த பணியாட்களைப் பரவசத்தில் துள்ளிக் குதிக்க வைத்தது.

குளத்தில் இறங்கியவுடன், அங்கு நீராடிக் கொண்டிருந்த கருப்பு நரி நீந்திவந்து கட்டி அரவணைத்துக் கொண்டது. இந்தக் காலத்தில் இப்படியொரு நட்பா? குதிரை பிறர்மேல் காட்டும் அன்பிற்கு ஈடு இணையே இல்லை. நீச்சல் குளத்தைச் சுற்றி நின்ற பணியாளர்கள் நெகிழ்ந்து கண்கலங்கினர். காட்டில் உள்ள உறவினர்கள் குறித்து வழக்கமான நலம் விசாரிப்புக்குப் பின் பேசத் தொடங்கியது. “மது அருந்தலாமா? தண்ணீரில் தண்ணி அடிப்பது தனி சுகம்” என்றது நரி. “இந்த இடத்தில் சரி வராது. இங்கு என்மேல் அபிமானம் உள்ள முட்டாள்கள் இருக்கின்றனர். கொஞ்ச நேரத்தில் எப்படியாவது தாவிக்குதித்து வந்துவிடுவார்கள். Youtube கும்பல் வேறு உள்ளது.தேவையற்ற சர்ச்சையை உருவாக்கும். அதனை எதிர்கொள்ள நான் கதைகளை உருவாக்க வேண்டும். அதற்கு தனிக்குழு அமைக்க வேண்டும்.” என்றது குதிரை. நரி குளித்துவிட்டு ஓய்வெடுப்பதற்கு மனிதக் காதுகளை வெட்டி கோர்த்துச் செய்யப்பட்ட சாய்வு நாற்காலி ஒன்று கரையில் இருந்தது. அதில் யாரும் வந்து அமர்ந்துவிடக் கூடாது என நரியின் அடிமை ஒருவன் காவல் காத்துக்கொண்டிருந்தான். ஒவ்வொரு முறை பேசும்போதும் குதிரையின் கண்கள் சாய்வு நாற்காலி பக்கம் போய் வந்தன.

நீருக்குள் இருந்து தலையே வெளியே எடுத்த நரி, சிலுப்பிக்கொண்டே சாய்வு நாற்காலியில் அமர்ந்தது. அப்படியே நிர்வாணமாக நின்றுக்கொண்டிருந்த பெண்ணிற்கு கண்களால் சிக்னல் கொடுத்தது. அவள் பெரிய தட்டில் வெட்டப்பட்ட தலை நடுவில் ஓட்டையிட்டு, விலா எலும்பை ஸ்ட்ராவாக பொருத்திக் கொண்டுவந்தாள். வாயில் வடியும் ரத்தத்தைப் பார்த்து,“நீங்கள் சைவம் என்றல்லவா நினைத்தேன்” என்றது நரி.

“இப்போதெல்லாம் ரத்தம் இருந்தால்தான் பந்தயம் காணக் கூட்டம் வருகிறது. ரத்தத்தின் அளவுதான் பந்தயத்தில் ஜெயிப்பதற்கான அளவுகோல் என்று அமைப்பு உருவாக்கிவிட்டது. அவ்வளவு ஏன்- தூங்கும்போது கூட என் வாயில் ரத்தம் வடியும். இது ஜாக்கி ஐயாவோட உத்தரவு. என் போன்ற மற்ற குதிரைகளுக்கும் ரத்தத் தேவை அதிகம் இருப்பதால் புதிய தொழிற்சாலைகள் உருவாக இருக்கிறது. வேலையில்லாத் திண்டாட்டம் ஒழியும். வளர்ச்சி பெருகும். விருப்பம் இருந்தால் நீங்கள் கூட முதலீடு செய்யலாம்”

“ம்ம்.. யோசிக்கிறேன்” பதில் சொல்ல விருப்பமில்லாமல் ஒரு வார்த்தையில் முடித்தது. குதிரையும் புரிந்துக்கொண்டு புன்னகைத்தது.

மண்டையில் இருந்த ரத்தத்தை உறிஞ்சுவதைக் கூட ஈரத் தலையை சிலுப்பி முகத்தில் வழிந்த நீரை உதறிவிட்டு எதிரொலிப்பில் மீண்டும் மீண்டும் ஒத்திகை செய்தது. இதைக் கவனித்த வெல்வெட் குதிரை, ‘காலம் காலமாக ஒத்திகையில் வாழ்க்கை நடத்தும் நமக்கு போட்டியாக இந்த நரிக்கும்பல் வந்துவிட்டதே’ என்று உள்ளுக்குள் புழுங்கியது.

அதற்குள் மின்சார, முள் வேலிகளைக் கடந்து அந்தக் கூட்டம் நீச்சல் குளம் அருகே நின்றுக் கூச்சலிட்டுக் கொண்டிருந்தது. தடுப்பு வேலிகளை அமைத்து உடனடியாக பிரதமரைப் பாதுக்காக்கும் பூனைப்படைகளை பீரங்கிகளுடன் வரவைத்து பாதுகாவலுக்கு நிற்க வைத்தனர். ஆரவாரத்தைக் கண்ட குதிரை லேசாகக் கனைத்தது. வெறி பிடித்து கத்திக்கொண்டிருந்தவர்கள் கனைப்புச் சத்தம் கேட்ட உடனே பேய் பிடித்து ஆடினர். பற்கள் உடைந்தது, சட்டைக் கிழிந்தது, நகங்கள் கடித்துத் துப்பப்பட்டது, துள்ளித்துள்ளி மண்டையால் வானத்தைப் பிளக்க வேண்டும் என்று வெறியானது. குதிரைக்கு இருக்கும் செல்வாக்கைக் கண்ட நரிக்கு எரிச்சல், பதற்றம். லேசாக ஊளையிட்டுப் பார்த்தது. நரிப்பக்கம் முகத்தை திருப்பிப் பார்த்தக் கூட்டம் நீ யாருடா கோமாளி என்று, குதிரையைக் கொண்டாடினர். கடுப்பில் வெறிகொண்டு ஊளையிட்டது. பத்து பைசாவிற்கு பிரயோஜனம் இல்லை.

ரத்தம் கொதித்து நரம்பிற்குள் பாய்ந்தது. உடலின் சூடு நீரில் பரவிக் கொதித்தது. உடனடியாக நரிகள் சங்கப் பிரதிநிதிக்கு போன் செய்து நான் குதிரைப் பந்தயத்தில் கலந்துக்கொள்ள வேண்டும், அதற்கான ஏற்பாடுகளை செய் என்று கட்டளையிட்டது. "எஜமானரே தவறாக எடுத்துக்கொள்ள வேண்டாம், குதிரைப் பந்தயத்தில் நரிகள் கலந்துக்கொள்வது சரிவராது. அதில் பல சட்டச் சிக்கல்கள் உள்ளது" என்று இழுத்தது. புரிந்துக்கொண்ட நரி "எதுக்கு நாம போய் குதிரைப் பந்தயத்தில் சேரணும். நாம் நரிப்பந்தயம் ஒன்றை உருவாக்குவோம்" என்றது. "நல்ல யோசனைதான் எஜமானரே, ஆனால் புதிதாக ஒரு பந்தயத்தை தொடங்கி அதை மார்க்கெட்டிங் செய்து இந்தக் கும்பலிடம் கொண்டு சேர்ப்பது எளிதில்லை. மேலும், குதிரைப் பந்தயத்திற்கு அவர்களை முழுசா பழக்கப்படுத்திட்டோம்" என்றது தயக்கத்துடன். அப்போ இதற்கு என்னதான் வழி?" சீறியது நரி.

"ஒரு வழி இருக்கு எஜமானரே"

"சீக்கிரம் சொல்" உற்சாகமடைந்தது நரி. நிர்வாணப் பெண்ணைக் கண்ணடித்து 'இன்னொரு தலை' என்றது. அடுத்த நிமிடம் தூரத்தில் ஒரு மனிதனின் அழுகுரல் கேட்டது.

"நரியைக் குதிரையாக மாற்றும் அறுவை சிகிச்சை முறை பிருஸ்டோனியா தேசத்தில் உள்ளது. கைதேர்ந்த மருத்துவர்கள் அங்குள்ளனர். நீங்கள் குதிரையாக மாறிப் போட்டியில் பங்கேற்கலாம். மீண்டும் பிளேடு போட்டு உங்களை நரியாக்கிவிடுவர்."

மகிழ்ச்சியில் ஊளையிட்டது. இப்போது ஒத்திகை பார்ப்பதை ஒதுக்கிவிட்டு ரத்த மதுவை அருந்தியது. "சரி, இதற்கு எவ்வளவு செலவாகும்?"

"ஆயிரம் பேரின் வெட்டப்பட்ட வலது கை வேண்டும், இவ்வளவு குறைவான கட்டணத்திற்கு இந்த அறுவைச் சிகிச்சை வேறு எங்கும் கிடைக்காது"

"ம்ம்... உடனடியாக ஏற்பாடு செய்யுங்கள்.

காட்டுக் கூச்சல் போட்டுக்கொண்டிருந்தவனின் நரம்பு வெடித்து ரத்தம் வெளியேறியது. நரம்பைப் பிய்த்து தூக்கிப்போட்டு ஆரவாரத்தைத் தொடர்ந்தான்.

இதற்குமேல் இங்கிருப்பது நம் உயிருக்கு ஆபத்து என்றுணர்ந்த நரி, குதிரையை அன்புடன் கட்டித்தழுவிப் பிரிந்தது. அந்தக் கும்பல்முன் குதிரையைக் கடவுள் போல் பாவிப்பதாக பாவனை செய்தது. இப்போது அந்தக் கும்பலுக்கு நரி மேல் குறைந்தபட்ச அன்பு உருவானது. முகத்தில் சிரிப்புடனும் அகத்தில் எரிச்சலுடனும் வெளியேறியது. சாய்வு நாற்காலியை மடக்கி முதுகில் சுமந்த அடிமை குதிரையை ஒருமுறை முறைத்துப் பார்த்தபின் அங்கிருந்து நகர்ந்தான்.

உடைந்துக் கிடந்த அபிமானியின் நரம்பை எடுத்த குதிரை, ரத்தத்தை ஊதி வெளியேற்றி, புகையிலையை நிரப்பி பற்றவைத்து கவர்ச்சியாகப் புகையை இழுத்து விட்டது. அந்தப் புகையைப் பிடிப்பதற்காக ஒட்டுமொத்தக் கூட்டமும் பாய்ந்தது. பூனை ஒருவன் பீரங்கியை அவர்கள்மேல் திருப்பினான். "நகரக்கூடாது" என எச்சரித்தான்.

குளத்தில் இருந்த மீன்கள் குதிரையைக் கண்டுக்கொள்ளவில்லை. மீன்கள் தன்னைக் கவனிக்கிறதா என்று பார்த்தபடியே புகையை விட்டது. குதிரை நீந்தும் இடத்திலிருந்து தள்ளி நின்று விளையாடின. சத்தம் கேட்கும்போது மேலே வந்து நீர் அருந்தின. அருந்தும் அலம்பல் சத்தம் கேட்டும் குதிரையின் தலை திரும்பியது. மீன்கள் நீருக்கடியில் போயின. குதிரையின் கண்கள் மீன்களிடமிருந்து அகலவில்லை. சிறிது நேரத்தில் கொஞ்சம் கொஞ்சமாக குதிரையின் கண்களில் இருந்து மீன்கள் மறையத் தொடங்கின. இப்போது மீன்களே தெரியவில்லை. குதிரையின் கண்களுக்கு என்ன ஆனது? மீன்கள் அங்குதான் நீந்திக்கொண்டிருந்தன.

குதிரைக்கு ஆச்சரியம். எப்படி இந்த மீன்கள் மறைந்தன? கடைசிப் புகையை இழுத்துவிட்டு நீச்சல்குள காவலாளியை அழைத்தது. கூனிக்குறுகி வந்து நின்றான். குளத்தின் வலது மூலையைக் காட்டி "உன் கண்களுக்கு மீன்கள் தெரிகிறதா? என்றது. "ஆம், நன்றாகத் தெரிகிறதே" என்றான். அதிர்ச்சியடைந்த

குதிரை, சிறிதுநேரம் நிதானித்து வழியும் ரத்தத்தோடு வாயில் நீரை வேகமாகக் கொப்பளித்தது. பயங்கர ஆரவாரச் சத்தம். "இப்போது தெரிகிறதா பார்" என்றது. "என்ன அதிசயம், ஒரு மீனும் தெரியவில்லை" காவலாளி நடுங்கிக்கொண்டே வெளியேறினான்.

வலுவான அடிமைகள் நான்கு பேர் ஓர் ராட்சஸ மிதவை இருக்கையைக் குளத்தின் நடுவே வைத்துவிட்டு குதிரையின் நான்கு கால்களிலும் ஒவ்வொருவர் வீதம் விழுந்து ஆசிர்வாதம் பெற்றுச் சென்றனர். கம்பீரமாக இருக்கையில் அமர்ந்த குதிரை கனைத்துக்கொண்டே பேசத் தொடங்கியது.

"அற்புதப் பிறவிகளே! நீங்கள் கடவுளைவிட மேலானவர்கள். உங்களுக்குத் தெரியாத விஷயம் என்று ஒன்றில்லை. உங்களைவிட அறிவுஜீவிகள் எந்தக் கண்டத்திலும் கிடையாது. உங்களிடம் இதேப்போன்று நான் கற்றுக்கொண்டே இருக்க வேண்டும். உங்களுக்காக சேவை செய்வதே என் வாழ்நாள் லட்சியம். உங்கள் நரம்புகள் பற்றி எரிவதன் மூலம் சிந்தனை மேம்படும். உங்கள் வம்சம் செழிக்க வேண்டும். அதற்காக உங்களுக்கு ஒரு சிகிச்சை தேவைப்படுகிறது. நமது அடிமைகள் ஒரு தாளைத் தருவார்கள். அதைப் படித்து அப்படியே பின்பற்றுங்கள்."

தாளை படித்தவுடன் அனைவரும் குளத்தைச் சுற்றி வரிசையாக நின்றனர். அனைவர் முன்பாகவும் ஒரு கத்தியுடன் கூடிய சில்வர் தட்டு வைக்கப்பட்டது. கத்தியால் தன் மண்டையைப் பிளந்து மூளையைத் தட்டில் வைத்தனர். குதிரை வாயைப் பிளந்தபோது மண்புழுக்களாகக் கொட்டின. அதனைப் பிடித்து எல்லா மூளைகள் மீதும் மண்புழுவை அடிமைகள் ஊர்ந்துப்போக விட்டனர். மண்புழுவின் அடித்தோலில் திகைப்பூண்டு மூலிகைத் திரவம் பூசப்பட்டிருந்தது. ஏற்கனவே இந்த அடிமைகள் ஒன்றுக்குப் பலமுறை செய்த சிகிச்சை இது. மனிதனின் ஒட்டுமொத்தக் கற்பனையாற்றலையும் பிம்பங்கள் கட்டமைப்பதற்காகப் பயன்படும் திரவம். சிறு துவாரங்களில் கூட நாக்கை நுழைக்க முடியுமா என்று கண்ணை உருட்டிக்கொண்டிருப்பர். எதிர்வினைகள், நோய்மைகள், அழிவுகள் என அத்தனையும் பாவனைகள் வழியாக பிம்பத்தில் நேர்மறையாக அடுக்க முடியும். அதன்வழி அதிகாரம் என்பது முட்டுச்சந்து.

மூளை தலையில் பொருத்தப்பட்டது. சற்றும் தாமதமில்லை. மண்ணைப் பிசைந்துப் பதமாக்கி செங்கல் செய்யத் துவங்கினர். கோவில் கட்டும் பணி தொடங்கியது.

அடிமைகளில் ஒருவன் குதிரையின் காதருகே வந்து, “திருவள்ளுவர் வசிக்கும் வீட்டைக் கண்டுபிடித்துவிட்டார்கள். கன்னியாகுமரி கடல் பாறையில்தான் குடித்தனம். ஒரு சின்னச் சிக்கல், அவர் வீட்டுக்கு போய்வர கண்ணாடிப் பாலம் கட்டிக் கொண்டிருக்கிறார்கள். ஓரிரு மாதங்களில் முடிந்துவிடும். நீங்கள் கடலில் நீந்தி பழக்கம் இல்லாததால் இப்போது போகமுடியாது” முடிக்கும்போது அடிமையின் சத்தம் கொஞ்சம் அதிகமானது.

“சத்தமாக பேசாதே அடிமையே..!” சீறியது குதிரை. பம்மினான் அடிமை.

“கோவில் கட்டும் வேலை எப்படி நடக்கிறது என்றுப் போய் பார், சிகிச்சைக்குப் பிறகு எப்படி சிந்திக்கிறார்கள் என்பதை குறித்து வை. அதற்காக தனிக்குழுவை உருவாக்கு. அவர்களின் கிளுகிளுப்புக்கு வருடிக் கொடுப்பது போல் நம் செயல்பாடுகள் இருக்க வேண்டும். அப்புறம், இவர்களிடம் நான் திருக்குறள் படிக்கப்போகும் விஷயம் பரம ரகசியம். கசிந்தால் உனக்கு சம்பளம் கிடையாது.”

மண்ணில் பால் சர்பத்தையும், இளநீரையும் குழைத்து கலவை செய்துக் கொண்டிருந்தார்கள். திருசமாகப் பணித் தொடங்கியது. பாறைகள்முன் முளைத்திருந்த புற்களின் நுனியில் அங்கு நடப்பதைக் கவனித்தபடி இரு பட்டாம்பூச்சிகள் புணர்ந்துக்கொண்டிருந்தது. இரண்டிற்கும் ஒரே ஆடை. ஆரஞ்சு வண்ணத்தின் நடுவே வெள்ளைப் பாசி முத்துகள் ஆறினைக் கோர்த்து வளைத்து வைக்கப்பட்டிருந்தது. கூட்டத்தில் ஒருசிலர் சர்பத்தைக் குடித்துவிட்டு கிளம்பிவிட்டதாகத் தகவல் வந்தது. தூரத்தில் சென்றுக்கொண்டிருப்பது பார்வைக்குத் தெரிந்தது. காரணம் விசாரித்தபோது மிதவை இருக்கையின் அளவுதான் காரணமாம். “இருக்கையில் கவனம் இருக்கட்டும். மண்புழு வேலை செய்யாத மூளைகள் இருக்கக்கூடும்.” குதிரையின் கண்களுக்கு அவர்கள் மீன்களைப் போல் மறைந்துப்போனார்கள்.

மீனில் இருந்து பரிணாம வளர்ச்சியடைந்த தவளை ஒன்று குளக்கரையோரம் நடப்பதைக்கண்டு சிரித்துக்கொண்டிருந்தது. வயிறு ஒட்டி, கண்கள் சிறுத்துக் காணப்பட்டது. தன் வாலில் இருந்த தங்க முடியை உருவி ஆட்டியது. குதிரையின் காலில் தவளையின் நாக்கு. தவளைத் தன் வாயால் கெட்டது.

மழை ஓய்ந்தபின் ஓய்வெடுக்க குதிரைக்குத் தனி அறை ஒதுக்கப்பட்டது. நிரம்பிய கருப்பில் வெள்ளைப் பாளங்களாக, கருப்பு நிறத்தை தீயில் உருக்கி, வழமையான கனவு தோன்றியது. தனது தாத்தா குதிரை முதலில் சுல்தான்களிடம் இருந்தது. துரைகள் சண்டையிட்டு வாங்கி முன்னூர் எனும் குளிர்தேசத்திற்கு கொண்டு வந்தார்கள். பல தேசங்களில் இருந்தும் நண்பர்கள் இறக்குமதி ஆனார்கள். போலோ விளையாட்டிற்காக பெர்சியாவில் இருந்து வந்தவர்களுக்கே நிறைய புற்கள் தின்னக் கிடைத்தது. தேயிலைத் தோட்ட முதலாளிகள், துரைகளோடு போலோ ஆடிய விளையாட்டு கனவாக தொடர்ந்து வந்துக்கொண்டிருக்கிறது. அதில் இருந்த நேர்மை தூக்கத்தைக் கலைத்துப் போட்டது. தாத்தா வாயில் விஷக்குப்பியோடு மூச்சை இழுத்தபடி நின்றுக்கொண்டிருந்தார். அப்படித்தான் இன்றும் நடந்தது.

சிலநிமிடக் குற்றவுணர்ச்சி தோன்றும்போது, தன்மீது பணம் கட்டிய வியாபாரிகள் சிரித்துக்கொண்டு சுற்றி நின்று பணமழை பொழிவர். பற்கள், நகங்கள், பணத்தாள்கள் என எங்கிலும் இரத்தக்கறை. அவர்களின் கால்களில் விழுந்து மீண்டும் ஒருமுறை சத்தியப் பிரமாணம் செய்யும். "என் வாயில் இருந்து பொய்யைத் தவிர வேறு எதுவும் வராது, பிடிக்கவில்லை, மோசம் என்ற வார்த்தைகளை அகராதியில் இருந்து அழித்துவிடுகிறேன், உலகம் பொழுதுபோக்கு என்ற பொறிக்குள் சிக்கிவிட்டது என்பதை தினமும் மந்திரம் போல் சொல்லிக்கொள்வேன். உதிரிகள் மீனைப்போல் மறைவதைக் கூட இனி காணமாட்டேன். மண்டையில் இருந்து ரத்தமது குடிக்கும் பழக்கத்திற்கு ஆளாக மாட்டேன்." சொல்லிவிட்டு கடைசி வரியின் முரணை நினைத்து உள்ளுக்குள் புன்னகைத்தது.

*

கரடுமுரடாக இருந்த கல் ஒன்று கூழங்கல்லாக மாறுவது போல் காலம் பொறுமையாக அனைத்தையும் பார்த்துக்கொண்டிருந்தது. இருள், வெளிச்சத்தை சலிக்காமல் பார்த்துக்கொண்டிருந்தது. செடிகள் மரங்கள் ஆகின. புயலில் சாய்ந்தன. சருகாகின. செடி ஒன்றின் இலைகளைக் கடித்துக்கொண்டிருந்த வெட்டுக்கிளி ஒன்று பறந்து சென்று மறைந்தது. மாற்றம் இல்லை என நாக்கில் நரம்பில்லாமல் சொல்லக் கூடாது. ஆம், கூட்டம் குறைவாக இருந்தது. நரம்புகள் கிழிக்கப்படவில்லை. தீ பட்டதற்கான அடையாளம் இல்லை. அங்குக் கட்டப்பட்டிருந்த கோயிலில் வழிபாடு நடந்துக்கொண்டிருந்தது. பாறைகள்முன் முளைத்திருந்த நீண்ட புற்கள் தற்போது இல்லை. மூன்று மனிதத் தலைகள் சேர்ந்து இருப்பதுப் போன்ற காட்சிப்பிழை. மூன்றும் வட்டவடிவ இலைகள். அதன் நடுவில் பாசி முத்துகளை அணிந்த பட்டாம்பூச்சிகளின் புணர்தல் இன்னும் தீரவில்லை. தவளையின் வயிற்றில் இரை இருந்தது. சிலை மழையில் கரைந்துக்கரைந்து சிறியதாகிக்கொண்டு வந்தது. அடையாளம் மங்கத் தொடங்கியது.

நரிகள் மனிதர்களோடு சமமாகத் திரியும் காலம் ஒன்று வந்தது. நரியைத் தனக்கு இணையாக அல்லது தனக்கு ஒருபடி கீழாக எண்ணத் தொடங்கினான். ஆயிரம் வருடங்களுக்கு முன்பு விதைத்த விதை முளைவிடத் தொடங்கியது. ஒரு பெருவெள்ளத்தில் கோவிலும் சிலையும் அடித்துச் செல்லப்பட்டது. இரத்தக் கறைகள் மறைந்தது. குளத்தில் மீன்களுக்கு கால்கள் முளைத்து, கரையேறி நடை பயிற்சிக்காக சாலைக்கு வந்தன. சாலையின் வலது பக்கத்தில் இருந்த சுவரில் கஞ்சா புகைத்தபடி ஓர் ஓவியன் கிறுக்கிக்கொண்டிருந்தான். அவன் வரைந்ததில் எலும்பும் தோலுமான வெளிறிப்போன குதிரை புல் மேய்ந்துக்கொண்டிருந்தது. கால் தரையில் பட்டால் பறவையின் சப்தம் கேட்கும் காலணி அணிந்த சிறுவன் அவசரத்தை அடக்க முடியாமல் குதிரையின் மீது சிறுநீர் கழித்தான். கஞ்சா அணைந்ததா என்று தெரியவில்லை. திரும்பி நின்றுகொண்டிருந்தான்.